வரம்

வரம்

சாரு நிவேதிதா

Title: Varam
Author's Name: Charu Nivedita

Published by Ezutthu Prachuram

Ezutthu Prachuram
(An imprint of Zero Degree Publishing)
No. 55(7), R Block, 6th Avenue,
Anna Nagar,
Chennai - 600 040

Website: www.zerodegreepublishing.com
E Mail id: zerodegreepublishing@gmail.com
Phone: 89250 61999

Ezutthu Prachuram First Edition: January 2023
ISBN: 978-93-90053-42-1
TITLE NO EP: 407

Cover Design: Oli Murugavel
Layout: Vijayan, Creative Studio

ஆனந்திக்கு...

1. புத்தாண்டு

இன்று புத்தாண்டு என்பதே மறந்து போய் கொஞ்ச நேரத்துக்கு முன்புதான் ராம்ஜி "இன்று ப்ரிண்ட் போட முடியாது, அந்த ஆஃபீஸ் விடுமுறை" என்று சொன்னதால், 'இன்று என்ன விடுமுறையாயிருக்கும்?' என்று யோசித்து டக்கென்று புத்தாண்டு என்று புரிந்தது. காரணம், நேற்றிலிருந்து ராப்பகலாக ஒரு வேலையில் ஈடுபட்டிருக்கிறேன். என்னுடைய மிக முக்கியமான புத்தகங்களில் ஒன்று *ஊரின் மிக அழகான பெண்* என்ற மொழிபெயர்ப்புத் தொகுதி. தமிழில் இப்போது ஏகப்பட்ட மொழிபெயர்ப்பு நூல்கள் வந்து கொண்டிருக்கின்றன. அதற்கெல்லாம் இருபத்தைந்து ஆண்டுகளுக்கு முன்பாக மொழிபெயர்க்கப்பட்டவை இதில் உள்ள கதைகள். பெரும்பாலான கதைகள் கோணங்கியின் *கல்குதிரை* இதழில் வந்தவை. லத்தீன் அமெரிக்க சிறுகதைகளை தமிழில் முதன்முதலில் மொழிபெயர்த்தது அடியேனாகத்தான் இருக்க வேண்டும். அதற்கும் முன்னால் தர்மு சிவராமு போர்ஹேஸ் பற்றி அடிக்கடி குறிப்பிடுவதுண்டு. அசோகமித்திரன் கார்ஸியா மார்க்கேஸ் பற்றி எழுதியிருக்கிறார். முழுமையாக லத்தீன் அமெரிக்கச் சிறுகதைகளில் கவனம் செலுத்தி மொழிபெயர்த்தது அடியேன்தான். பின்னர் கொஞ்ச

காலத்திலேயே நாகார்ச்சுனனும், சிவகுமாரும், பிரம்மராஜனும் இணைந்தார்கள்.

ஊரின் மிக அழகான பெண் என்ற தொகுப்பில் உள்ள கதைகள் உலகின் பிரபலமான சிறுகதைத் தொகுதிகளில் கூட பார்க்க முடியாத அரிதினும் அரிதான கதைகள். லத்தீன் அமெரிக்க இலக்கியத்தில் பரிச்சயம் உள்ளவர்களுக்குக் கூட பனாமாவைச் சேர்ந்த ரொஹேலியோ சினான் *(Rogelio Sinan)* என்பவரைப் பற்றித் தெரிந்திருக்காது. ஏனென்றால், லத்தீன் அமெரிக்கச் சூழலிலேயே அதிகம் விவாதிக்கப்படாதவர் அவர். தமிழ்ச் சூழலில் தி.ஜ.ரங்கநாதன், ப. சிங்காரம், நகுலன் போல் வைத்துக் கொள்ளுங்களேன். ரொஹேலியோ சினான் பற்றி இணையத்தில் தேடினால் கூட மூணு வரிதான் போட்டிருக்கும். இவர்களைப் பற்றியெல்லாம் நான் கூபாவிலிருந்து வந்து கொண்டிருந்த *Granma* என்ற வாரப் பத்திரிகையிலிருந்து தெரிந்து கொண்டேன். டேப்ளாய்ட் அளவில் வரும் அந்தப் பத்திரிகை. இதுவரை ஆங்கிலத்தில் மொழிபெயர்க்கப்படாத தென்னமெரிக்கக் கதைகளை முதன்முதலாக மொழிபெயர்த்து வெளியிட்டு வந்தார்கள்.

மற்றொரு உதாரணம், அர்ஹெந்த்தினாவைச் சேர்ந்த அலெஹாந்த்ரா பிஸார்னிக். *(Alejandra Pizarnik) (1936-1972)* மே *1959*-இல் அலெஹாந்த்ரா தன் பெற்றோருடன் புவனோஸ் அய்ரஸில் வசித்து வந்தார். அப்போது அவர் வயது இரு. ஒருசில மாதங்களுக்கு முன்புதான் அவருடைய மூன்றாவது கவிதைத் தொகுப்பு வெளிவந்திருந்தது. அப்போது அவர் தன் நாட்குறிப்பில் பின்வருமாறு எழுதினார்:

“எழுதுவதற்காக மட்டுமே வாழ விரும்புகிறேன். எழுதுவதைத் தவிர வேறு எதைப் பற்றியுமே நான் யோசிக்க விரும்பவில்லை. எனக்குக் காதல் தேவையில்லை; பணம் தேவையில்லை. வெற்றிகரமான முறையில் என் வாழ்க்கையை அமைத்துக் கொள்ள நான் விரும்பவில்லை. எனக்குத் தேவை அமைதி. படிக்கவும், சிறிதளவு பணம் சம்பாதிக்கவும் எனக்கு அமைதி தேவை. கொஞ்சம் பணம் இருந்தால்தான் குடும்பத்

தளைகளிலிருந்து விலகி சுதந்திரமாக எழுதிக் கொண்டிருக்க முடியும்.”

பிஸார்னிக்கின் ரத்த வேட்கை என்ற தலைப்பிலான ஒரு கதை இத்தொகுப்பில் உள்ளது. அப்படி ஒரு கதையை ஆயிரம் புத்தகம் படித்தாலும் உங்களால் படிக்க இயலாது.

மற்றும், ரொனால்ட் சுகேனிக் *(Ronald Sukenick)* என்று ஒரு அமெரிக்கர். வில்லியம் பர்ரோஸ், ஜாக் கெரோவாக், ஆலன் கின்ஸ்பெர்க், கேத்தி ஆக்கர் போன்ற விளிம்புநிலை எழுத்தாளர்கள் கூட உலக அளவில் விவாதிக்கப்பட்டு விட்டார்கள். ஆனால் ரொனால்ட் சுகேனிக் பற்றி யாரும் ஒரு வார்த்தை சொன்னதில்லை. நான் லீனியர் எழுத்தின் உச்சம் ரொனால்ட் சுகேனிக். இவருடைய 98.6 என்ற நாவல் முற்றுப்புள்ளி தவிர வேறு எந்த நிறுத்தற் குறிகளும் இல்லாமல் எழுதப்பட்ட ஒரு பின்நவீனத்துவ நாவல். மொழி என்றும், எழுத்து என்றும் நாம் எதை நினைத்துக் கொண்டிருக்குமோ அதையெல்லாம் உடைத்து நொறுக்கிக் கொண்டு மொழியின் சாத்தியங்கள் அனைத்தையும் தாண்டிச் சென்றவர் ரொனால்ட் சுகேனிக். இவருடைய வாக்கியம் என்ற சிறுகதை ஒரே வாக்கியத்தால் அமைந்தது. இவருடைய முடிவற்ற சிறுகதை என்ற சிறுகதையையும் இத்தொகுப்பில் மொழிபெயர்த்திருக்கிறேன்.

இன்றைய உலக இலக்கியத்தில் ஸ்பானிஷ், ஃப்ரெஞ்ச், ஆங்கிலம் போன்ற ஐரோப்பிய மொழிகளையெல்லாம் விட அரபி இலக்கியம்தான் உச்சத்தில் இருக்கிறது. மொராக்கோ என்ற ஒரு தேசத்திலேயே இன்றைய தினம் நோபல் பரிசு பெறத்தக்க ஒரு டஜன் எழுத்தாளர்கள் இருக்கிறார்கள். லெபனானை எடுத்துக் கொண்டால், தமிழ்நாட்டின் மூன்றே மூன்று மாவட்டங்கள் மட்டுமே வரக் கூடிய பரப்பளவைக் கொண்ட அந்த நாட்டில்தான் உலகில் உள்ள எல்லா நாடுகளையும் விட அதிக அளவில் இலக்கியம் உருவாகிக் கொண்டிருக்கிறது. பத்தொன்பதாம் நூற்றாண்டில் ருஷ்யாவில் எப்படி ஒரு மாபெரும் எழுத்தாளர் கூட்டம் இருந்ததோ அதே போன்ற

ஒரு இலக்கியவாதிகளின் கூட்டம் லெபனானிலிருந்து கிளம்பி சர்வதேச அளவில் சுற்றிக் கொண்டிருக்கிறது. எழுத்தாளர்கள் வாழ்வதற்கான சூழல் லெபனானில் இல்லை என்பதால் பலரும் வெளிநாடுகளில் குறிப்பாக ஐரோப்பாவில் வாழ்ந்து கொண்டிருக்கிறார்கள். சமகால அரபி இலக்கியத்தில் முன்னணியில் இருக்கும் எகிப்தைச் சேர்ந்த ராத்வா அஷுர் *(Radwa Ashour 1946–2014)*, சிரியாவில் பிறந்து லெபனானில் வாழ்ந்து வரும் காதா ஸம்மான் *(Ghada al-Samman* பிறப்பு: *1942)*, பெய்ரூத்திலும் பாரிஸிலும் மாறி மாறி வாழ்ந்து வரும் நஜ்வா பரக்கத் *(Najwa Barakat* பிறப்பு: *1966)*, எகிப்தைச் சேர்ந்த நவ்வல் அல் சாதவி *(Nawal el-Saadawi 1931–2021)*, லெபனானைச் சேர்ந்த எமிலி நஸ்ரல்லா *(Emily Nasrallah 1931–2018)* ஆகிய அரபி எழுத்தாளர்களின் மிகச் சிறந்த கதைகள் இத்தொகுப்பில் சேர்க்கப்பட்டுள்ளன. என்னுடைய முப்பது ஆண்டுக் கால அரபி இலக்கிய வாசிப்பிலிருந்து தேர்ந்தெடுத்தவை இந்தக் கதைகள்.

இது தவிர மற்றொரு கதை ஜான் பால் சார்த்தர் எழுதிய உலகப் புகழ்பெற்ற சுவர். *(Jean* என்ற ஃப்ரெஞ்ச் வார்த்தைக்கு சரியான தமிழ் உச்சரிப்பு எதுவும் இல்லை. கிட்டத்தட்ட 'ஷ'வுக்கு அருகில் வருமே தவிர நிச்சயம் ழ கிடையாது. *Jean*-ஐ ழான் என்று எழுதுவது மிகப் பெரிய பிழை. அதனால், ஜான் என்று எழுதுவதே தேவலாம்.) இந்தக் கதையை எண்பதுகளில் பெங்களூரிலிருந்து வெளிவந்து கொண்டிருந்த படிகள் என்ற இதழில் மொழிபெயர்த்தேன். வெளிவந்த ஆண்டு *1982*. அப்போது என் வயது இருபத்தெட்டு. சுமார் நாற்பது ஆண்டுகளுக்கு முன்பு நான் மொழிபெயர்த்த அந்தச் சிறுகதை இப்போதுதான் முதல்முதலாக புத்தகமாக வெளிவருகிறது. அதுவும் விமலாதித்த மாமல்லனின் புண்ணியத்தில். ஒருநாள் அவர் எனக்கு ஃபோன் செய்து "படிகளில் வெளிவந்த சுவர் என்ற கதையை நீதானே மொழிபெயர்த்தாய்?" என்று கேட்டார். இல்லவே இல்லை என்று சொல்லி விட்டேன். ஏனென்றால், எனக்கு நினைவில் இருந்ததெல்லாம் சார்த்தரின் குறுநாவலான *Intimacy*தான். அந்த நாவலைத்தான் மொழிபெயர்த்து படிகள்

குழுவினரே படிகளுக்குப் பிறகு நடத்திய இங்கே இன்று என்ற மாதப் பத்திரிகையில் தொடராக எழுதினேன். படிகள் மிகவும் ஆழ்ந்து படிக்க வேண்டிய ஆய்வுப் பத்திரிகை. ஆனால் இங்கே இன்று ஒரு *middle magazine.* அதே காலகட்டத்தில் க்ரியா ராமகிருஷ்ணனும் இனி என்ற மிடில் மேகஸினைக் கொண்டு வந்து கொண்டிருந்தார். இனி கொஞ்சம் ஆசாரமான பத்திரிகை. சுந்தர ராமசாமி பள்ளி. இங்கே இன்று பின்நவீனத்துவவாதிகள் நடத்தியது. இங்கே இன்று வந்த போது நான் பாண்டிச்சேரியில் இருந்தேன். அப்போது நண்பர் ரவிக்குமாரின் சைக்கிளில் இங்கே இன்று பிரதிகளின் மூட்டைகளை வைத்துக் கொண்டு தெருத்தெருவாகப் போய் பேப்பர் கடைகளில் அந்தப் பத்திரிகையைத் தொங்க விடுவோம். ஒரு கடைக்கு ஐந்து பிரதி. ஒரு மாதம் முடிந்து அடுத்த பிரதி சூடாக பெங்களூரிலிருந்து எங்களுக்குக் கிடைத்ததும் அந்த மூட்டையைத் தூக்கிக் கொண்டு ஒவ்வொரு கடையாகப் போய் ஏற்கனவே தொங்கிக் கொண்டிருக்கும் மண்ணும் தூசியும் படிந்த இங்கே இன்றுவை எடுத்துக் கொண்டு புதிய இதழ்களை மாட்டிவிட்டு வருவோம். கடைக்காரர் எங்களை ஒருமாதிரியாகப் பார்ப்பார். ஆமாம், ஒரு பிரதி கூட விற்காத பத்திரிகைக்கு இத்தனை தீவிரத் தொண்டர்கள் என்றால் அவருக்கு ஆச்சரியமாக இராதா? மாமல்லன் பேசியபோது எனக்கு அந்த இங்கே இன்றுதான் ஞாபகம் இருந்தது. ஆனால் மாமல்லன் விடவில்லை. யோவ் போய்யா, நான் சுகுமாரனிடம் கேட்டுக் கொள்கிறேன் என்று சொல்லி விட்டு, 1982-ஆம் ஆண்டு படிகள் பதின்மூன்றாவது இதழில் நான் மொழிபெயர்த்த சுவர் கதையின் புகைப்பட நகலை எனக்கு அனுப்பி வைத்தார். அப்புறம்தான் நான் மொழிபெயர்த்த கதையே எனக்கு ஞாபகம் வந்தது.

அந்தக் கதையும் இந்தத் தொகுதியில் சேர்க்கப்பட்டுள்ளது. மேலும், இந்தத் தொகுதி பற்றி ஒரு விஷயம். இந்த நூலை நீங்கள் வாசிக்கும் போது இது ஒரு மொழிபெயர்ப்பு நூல் என்றே தோன்றாது. தமிழில் எழுதப்பட்டது போலவே இருக்கும். மொழிபெயர்ப்பு என்றால் எப்படி இருக்க வேண்டும் என்பதற்கு இது ஒரு முன்மாதிரி நூல் என்று சொல்லலாம்.

எனவே, உங்களிடம் ஏற்கனவே ஊரின் மிக அழகான பெண் தொகுதி இருந்தாலும் இதை ஜான் பால் சார்த்தரின் சுவர் கதைக்காக மீண்டும் ஒருமுறை வாங்கும்படிக் கேட்டுக் கொள்கிறேன். வெளியீடு: வழக்கம் போல் ஸீரோ டிகிரி பப்ளிஷிங். அவர்களின் முகவரி:

இது போக, இன்று புத்தாண்டு என்றே தெரியாமல் செய்து கொண்டிருந்த வேலை என்னவென்றால், சுவர் கதையை நேற்றிலிருந்து செப்பனிட்டுக் கொண்டிருக்கிறேன். கிட்டத்தட்ட மறு மொழிபெயர்ப்பு மாதிரிதான். மேலும் இன்று காலை கடும் மழை என்பதால் நடைப் பயிற்சிக்கும் செல்லாததால் இன்று நாள் கிழமை தெரியாமல் வேலை செய்து கொண்டிருந்தேன்.

இப்போது மின்னஞ்சல்களைப் பார்த்துக் கொண்டிருந்த போது இப்படி ஒன்று:

> *சார், எனக்கு மாத ஊதியம் பத்தாயிரம்தான். அதனால் இரண்டு மாதங்களுக்கு ஒரு முறை நூறு ரூபாய் சந்தா அனுப்புகிறேன். ஓகேவா சார், தொடர்ந்து சந்தா அனுப்ப முடியவில்லை. திடீரென்று ஏதாவது செலவு வந்து விடுகிறது. மன்னிக்கவும்.*
>
> *முத்துக்குமார்*

டியர் முத்துக்குமார்,

எழுத்தாளனின் தனிமை மிகவும் அலாதியானது. நேற்று இரவு ஒன்பதரை மணிக்கே உறங்கப் போய் விட்டேன். காலை நான்கு மணிக்கு எழுந்து தியானம் செய்து விட்டு அந்த க்ஷணத்திலிருந்து இதோ இந்த மாலை ஐந்து மணி வரை சுவர் கதையில் திருத்தம் செய்து கொண்டிருக்கிறேன். புத்தாண்டு என்பதே மதியம் போல்தான் தெரிந்தது. புத்தாண்டு என்று தெரிந்த பிறகு தனிமை கூடி விட்டது.

ஆனாலும் உங்கள் கடிதம் படித்து இன்னும் நூறு ஆண்டுகள் எழுத வேண்டும் என்ற ஆர்வம் பீறிடுகிறது. நீங்கள் பணம்

அனுப்ப வேண்டாம் முத்துக்குமார். நீங்கள் எந்த ஊர், என்ன வேலை என்று எதுவுமே தெரியாது. ஆனால் ஒரு விஷயம் எனக்கு சந்தோஷம் தருகிறது. பத்தாயிரம் ரூபாய் ஊதியம் வாங்கும் உங்களால் இணையத்தில் என் எழுத்தைப் படிக்க முடிவதே எனக்குப் போதும். அதுவே நீங்கள் எனக்குக் கொடுக்கும் தட்சிணை. தொடர்ந்து படியுங்கள். உங்களுக்கு எல்லா வளமும் உண்டாக இன்றைய தினம் இறையருளைப் பிரார்த்திக்கிறேன்.

சாரு
1.1.2020.

2. சென்னை புத்தக விழா – 1

1. புத்தக விழாவுக்கு தினமும் வருவேன். சென்ற ஆண்டைப் போல் மதியம் மூன்று மணிக்கே வந்து வெட்டியாக மோட்டுவளையைப் பார்த்துக் கொண்டிருக்க விருப்பம் இல்லாததால் தினமும் மாலை ஐந்து மணிக்கே வரலாம் என்று இருக்கிறேன். எனவே என்னைச் சந்திக்க நினைப்பவர்கள் மாலை ஐந்து மணிக்கு மேல் வந்தால் ஸீரோ டிகிரி பதிப்பகத்துக்கு வந்து விடுங்கள். அங்கேதான் இருப்பேன்.

2. நூற்றுக்குத் தொண்ணூறு பேர் பேசுகிறேன் பேர்வழி என்று அறுத்துக் குவிக்கிறார்கள். தங்களைப் பற்றியே பேசிக் கொல்லுகிறார்கள். எதாவது கொலை கிலை செய்திருந்தாலாவது சுவாரசியமாகக் கேட்டுக் கொண்டிருக்கலாம். அவர்கள் சொல்லும் கதையோ படு மொக்கையாக உள்ளது. ஒட்டு மொத்த சமூகமே மெண்டலாகி விட்டதோ என்ற அளவுக்கு ஐயம் எழுகிறது. அந்த அளவுக்கு மொக்கை போட்டு வெளுத்து வாங்குகிறார்கள். அரசியல்வாதிகளுக்கு Z பிரிவு பாதுகாப்பு இருப்பது போல் இம்மாதிரி மொக்கைகளிடமிருந்து தப்பிக்க

நானும் ஒரு பாதுகாப்பு வளையம் வைத்துக் கொள்ளலாம் என்று நினைக்கிறேன்.

3. டயரி, காலண்டர், டிக்ஷனரி, வெத்துப் பேப்பர், மற்றவர்கள் எழுதிய புத்தகங்கள் போன்றவற்றில் நிச்சயம் கையெழுத்துப் போட மாட்டேன். அதிலும் பொன்னியின் செல்வனிலும் சுஜாதா புத்தகங்களிலும் நிச்சயம் போட மாட்டேன். எல்லாரும் பொன்னியின் செல்வனை அள்ளிக் கொண்டு போகிறார்கள்.

4. உயரமாக இருப்பவர்கள் நான் கையெழுத்துப் போடும் நேரத்தில் பணிவாகக் குனிய வேண்டாம். நிமிர்ந்தே நிற்கலாம். எந்தப் பிரச்சினையும் இல்லை. அவ்வளவு நேரம் ஒருவரைக் குனிய வைப்பது என்று எனக்கு ஒரு மாதிரி இருக்கிறது. நிமிர்ந்தே நில்லுங்கள்.

5. முடிந்தால் எலந்த வடை வாங்கி வாருங்கள். எனக்கு ரொம்பப் பிடிக்கும்.

7.1.2020.

3. புத்தக விழா – 2

நேற்று புத்தக விழா முதல் நாள். ஆறு மணிக்குப் போனேன். எடப்பாடி மேடையில் நின்று படித்துக் கொண்டிருந்தார். திருவள்ளுவர் என்று காதில் விழுந்தது. எந்தக் கெடுபிடியும் இல்லை. ஏதோ முனிசிபல் கவுன்சிலர் ரேஞ்சுக்குத்தான் இருந்தது. இதுவே ஜெயலலிதா என்றால் காட்டு தர்பாராக இருந்திருக்கும். இதற்கே எடப்பாடிக்கு மக்கள் திரும்பவும் ஓட்டுப் போடுவார்கள் போல் தெரிகிறது.

சென்ற வருடமே புத்தக விழா ஈ ஓட்டியது என்றேன். இந்த ஆண்டோ அந்த ஈ கூட இல்லை. மயான அமைதி. புத்தக விழாவின் நேரமும் குறைக்கப்பட்டு விட்டது. இன்னமும் குறைக்கலாம். ஒரு ரெண்டு மணி நேரம் வைத்தாலே போதும் போல் தோன்றுகிறது. புத்தகம் வாங்க ஆளே இல்லையே? அதேபோல், புத்தக விழா நடக்கும் நாட்களையும் கம்மி பண்ணி விட்டார்கள். சென்ற ஆண்டு இரண்டு வாரம் இருந்தது. இந்த ஆண்டு அதை விடக் கம்மி. பேசாமல் இதையும் கம்மி பண்ணி சனி ஞாயிறு மட்டும் வைக்கலாம்.

நம் காரியத்தை நாம் பார்ப்போம். நேற்று எலந்த வடை வரவில்லை. கிடைக்கவில்லை என்று பல புகார்கள்.

அடையாறில் கிடைக்கும். நீல்க்ரீஸில் கிடைக்கும். மைலாப்பூரில் நாட்டு மருந்துக் கடைகள் அனைத்திலும் கிடைக்கும். இத்தனை சீக்கிரம் தமிழர் வாழ்விலிருந்து எலந்த வடை காணாமல் போனது துரதிர்ஷ்டம்தான். ஒரு நண்பர் கடலை மிட்டாய் வாங்கி வந்தார். அதுவும் பிடிக்கும்தான். ஆனால் நந்தினி ப்ராண்ட் வாங்கக் கூடாது. கோவில்பட்டி கடலை மிட்டாய்தான் ஓரளவுக்கு ஒரிஜினல் கோவில்பட்டி கடலை மிட்டாய் மாதிரி இருக்கும். மாதிரிதான். ஏதோ கொஞ்சம் கிட்டத்தில் வரும். நந்தினி கடலை மிட்டாயெல்லாம் சும்மா சக்கரைக்கட்டி.

10.1.2020.

4. புத்தக விழா 3

பிரமாதமான எலந்த வடை கிடைத்து விட்டது. காதி க்ராமோத்யோகில் வாங்கினாராம். இனி எலந்தவடை வேண்டாம்.

பெரும்பாலான ஆட்டோக்காரர்கள் முரடர்களாகவும் வழிப்பறிக் கொள்ளையரைப் போலவும் நடந்து கொள்கிறார்கள். நேற்று மைலாப்பூரிலிருந்து நந்தனம் போக 150 ரூ வாங்கிக் கொண்டு வாசலிலேயே விட்டுவிட்டுப் போய் விட்டார் ஆட்டோக்காரர். வாசலிலிருந்து உள்ளே போக ஒரு கிலோமீட்டர். சிரமப்பட்டு நடந்தேன். மைலாப்பூரிலிருந்து நந்தனம் நூறு ரூபாய்தான். இதில் பாதி வழியிலேயே இறக்கி விட்டுப் போகும் கொடுமை.

இன்று சரியாக மாலை நான்கு மணிக்கு வீட்டிலிருந்து கிளம்புவேன். யாரேனும் பைக்கிலோ காரிலோ ஆட்டோவிலோ என்னை அழைத்துச் செல்ல முடியுமா? நான்கு மணிக்கு சாந்தோம் நெடுஞ்சாலை ஜாக்கி ஷோரூம் வாசலில் நிற்பேன்.

மேற்கண்ட பதிவை இரண்டு மணி நேரத்துக்கு முன்பு ஃபேஸ்புக்கில் பதிவிட்டேன். நண்பர் பிரபு வந்து அழைத்துச் செல்வதாக சொன்னார். இன்னும் வீட்டில் மதிய உணவே

கிடைக்காததால் சாப்பிடவே மூன்று ஆகும் போல் தெரிகிறது. இப்போதுதான் இஞ்சி, சின்ன வெங்காயம், பூண்டு, தக்காளி எல்லாம் நறுக்கிக் கொடுத்தேன். அதனால் நாலரை மணிக்குக் கிளம்பி புத்தக விழாவுக்கு ஐந்து மணிக்கு வந்து விடுவேன். வந்து என்ன? ஈ ஓட்ட வேண்டியதுதான். நேற்று என்னோடு சேர்ந்து அய்யனார் விஸ்வநாத்தும் ஓட்டினார்.

11.1.2020.

5. புத்தக விழா – 4

வரும் பதினெட்டாம் தேதி மாலை ஏழு மணிக்கு சென்னை புத்தக விழாவின் எழுத்தாளர் முற்றம் என்ற அரங்கில் என் எழுத்துலகை அறிமுகம் செய்து வைத்து காயத்ரி பேசுவார். நானும் பேசுவேன். கலந்துரையாடலும் நடக்கும். நேற்று வரை நடந்த எழுத்தாளர் அறிமுக நிகழ்வுகளில் ரெண்டு மூணு பேர் மட்டுமே வந்திருக்கிறார்கள். அதனால் நிகழ்வுகள் எப்படி இருந்திருக்கும் என்று உங்கள் யூகத்துக்கே விட்டு விடுகிறேன். இதெல்லாம் எழுத்தாளர்களை அவமானப்படுத்தும் விஷயம் இல்லையா? இந்த நிகழ்ச்சியை ஒருங்கிணைக்கும் பாரதி புத்தகாலய நண்பர்கள் இதற்கும் மேல் என்ன செய்ய முடியும்? இப்படி ஒருங்கிணைப்பதே பெரிய விஷயம். ஆட்களையுமா பிடித்து வர முடியும்? சரி, பதினெட்டாம் தேதி மாலை என் நண்பர்கள் அங்கே வந்து ஆஜர் ஆகாவிட்டால் அவர்களை என் நட்பு வட்டத்திலிருந்து ப்ளாக் செய்து விடுவேன். வாட்ஸப், ஃபோன், ஃபேஸ்புக் எல்லாவற்றிலிருந்தும் ப்ளாக்தான். நட்பாக இருந்து கொண்டு இதைக் கூட செய்ய முடியாவிட்டால் அப்புறம் என்ன? அராத்து விதிவிலக்கு அல்ல.

என் மேல் அன்பு கொண்ட பல வாசகர்கள் இருக்கிறார்கள். இல்லை என்று சொல்லவில்லை. பலரும் கையெழுத்து வாங்குகிறார்கள். ஆனால் எல்லா ஸ்டால்களும் காலியாகவே உள்ளன. போன ஆண்டு கூட காப்பி கடைகளில் தள்ளுமுள்ளாக இருக்கும். அங்கே கூட இந்த ஆண்டு ஈ ஓட்டுகிறார்கள்.

இதெல்லாம் எனக்குச் சிறிதும் சம்பந்தம் இல்லாத விஷயம். இந்த ஆண்டு இன்னும் தீவிரமாக இயங்குவேன்.

11.1.2020.

6. புத்தக விழா – 5

சிலர் என்னைக் கட்டியணைத்து முத்தமிடுகிறார்கள். சிலர் கட்டியணைக்காமல் முத்தமிடுகிறார்கள். சிலர் பாதம் தொட்டு வணங்குகிறார்கள். பாக்யராஜ் என்ற வாசகர் "உங்கள் கன்னத்தைக் கிள்ளிக் கொள்ளவா?" என்று கேட்டார். இதில் ஆணென்றும் பெண்ணென்றும் பேதம் இல்லை. இருபாலரும். இது யாவற்றையும் ஒன்றே போல் கருத என்னைப் பக்குவப்படுத்து பெருமாளே என்று வேண்டிக் கொண்டேன். அதிலும் பாதம் தொட்டு வணங்கும் போது என்னிடம் உள்ள ஒருசில ஆசாபாசங்கள் கூட என்னை விட்டு அகல்வதை உணர்கிறேன். என் பாதம் பணிவதை என்னைப் புனிதனாக்குவதற்கான ஆன்ம சோதனையாக்கிக் கொள்கிறேன்...

11.1.2020.

7. புத்தக விழா 6

அராத்துவின் ப்ரேக்-அப் குறுங்கதைகள் புத்தகத்தின் பின்னட்டையில் பின்வரும் வாசகத்தைக் கண்டேன்.

"பித்துப் பிடித்த நிலையில் உருவாகும் பிரேக்-அப்களை அதே பித்துநிலையில் பகடியாக எழுதப்பட்டிருக்கிறது."

மேற்கண்ட வாக்கியத்தில் இரண்டு இலக்கணப் பிழைகள் உள்ளன. ஒரு பிழையை நானே சொல்லி விடுகிறேன். அது சுலபம். எழுதப்பட்டிருக்கின்றன. இதை சுலபமாகக் கண்டு பிடித்து விடலாம். இன்னொரு பிழையை இதை விட சுலபமாகக் கண்டு பிடித்து விடலாம் என்றுதான் நினைத்தேன். மேலும், இப்போதெல்லாம் பின்னட்டையில் பிழை இல்லாத ஒரு புத்தகத்தைக் கூட பார்க்க முடியவில்லை. எழுத்தாளர்களே இப்படிப் பிழைகளோடு எழுதிக் கொடுப்பதால் பதிப்பகங்களும் அதை அப்படியே போட்டு விடுகின்றன. இப்போதெல்லாம் பெரும் பெரும் எழுத்தாளர்களே பிழைகளோடுதான் எழுதுகிறார்கள் என்பதால் சீக்கிரம் தமிழ் செத்து விடும் என்று நினைத்தபடி என்னைப் போன்றவர்கள் உயிரை விட வேண்டியதுதான். தமிழ் இருந்தால் என்ன, செத்தால் என்ன? வெறும் ஒற்றை ஆளான நான் என்ன செய்ய முடியும்? என்ன

இருந்தாலும் மனித குலத்தை விட ஒரு மொழி இருப்பதோ சாவதோ பெரிய விஷயமா என்ன?

போகட்டும். பின்னட்டையை எடுத்துக் கொண்டு போய் அராத்துவிடம் காட்டி என்ன பிழை சொல்லுங்கள் என்றேன். ஒருமை பன்மை பிழையைச் சுட்டினார். வேறு என்ன பிழை? தெரியவில்லை. அடுத்து, காயத்ரியிடம் கொண்டு போய்க் காட்டினேன். அவளும் ஒருமை பன்மை பிழையைச் சுட்டினாள். வேறு என்ன பிழை? தெரியவில்லை. போச்சு. உனக்கும் தெரியவில்லையா? இல்லை, இல்லை. ஐந்து நிமிடம் கொடுங்கள். கொடுத்தேன். தெரியவில்லை. பக்கத்திலிருந்து அய்யனார் விஸ்வநாத்தை அழைத்துக் காண்பித்தேன். அவரும் ஒருமை பன்மை பிழையைச் சுட்டினார். அப்புறம்? ம்ஹூம். அவருக்கும் தெரியவில்லை.

'டேய் பசங்களா, தப்பு இருப்பது தப்பே இல்லை. தப்பு இருக்கிறது என்று சொல்லியும் தப்பைக் கண்டு பிடிக்க முடியாதது ரொம்பத் தப்புடா' என்று நினைத்துக் கொண்டேன்.

இப்போது உங்களுக்கு சவால். அது என்ன தப்பு? முதலில் சரியாகச் சொல்பவருக்கு நாளை புத்தக விழாவில் என் கையிலிருந்து ஒரு பரிசு காத்திருக்கிறது.

12.1.2020

8. புத்தக விழா – 7

பல்வேறு விஷயங்களை உங்களோடு பகிர்ந்து கொள்ள வேண்டியிருக்கிறது. எதை முதலில் எழுதுவது என்றே புரியவில்லை. எல்லாமே முதலில் முதலில் என்று முட்டிக் கொண்டு வருகின்றன. ஒவ்வொன்றாகச் சொல்கிறேன். நேற்று நாலு மணிக்கு சாந்தோம் நெடுஞ்சாலையில் உள்ள ஜாக்கி ஷோ ரூம் வாசலில் நிற்பேன் என்று எழுதியிருந்தேனா? சரியாக நாலு மணிக்கு என் நண்பர் ஷிவா வந்து நின்று விட்டார். அவர் எனக்கு அனுப்பிய போன் மெஸேஜைப் பார்க்க எனக்கு நேரமில்லை. பிறகுதான் பார்த்து "திட்டம் மாறி விட்டது; நண்பர் பிரபு நாலரை மணிக்கு வந்து என்னை அழைத்துச் செல்கிறார்" என்று பதில் மெஸேஜ் கொடுத்தேன். நண்பர் ஷிவா வந்து பார்த்து விட்டுச் சென்றதைப் போல் நண்பர் முபாரக் மூணே முக்கால் மணிக்கே ஜாக்கி ஷோ ரூம் வந்து விட்டார் போல. அது எனக்குத் தெரியாது. அவர் நம்பர் என்னிடம் உள்ளது. என் நம்பர் அவரிடம் இல்லை. இதுவும் எனக்கு மாலை ஆறு மணி அளவில் அவர் என்னை புத்தக விழாவில் சந்தித்த போதுதான் தெரிந்தது. மூணே முக்காலிலிருந்து நாலே முக்கால் மணி வரை காத்திருந்திருக்கிறார்.

என்னுடைய நாலு மணி திட்டம் நாலரையாக மாறியதற்குக் காரணம், மூணேகாலுக்குத்தான் எனக்கு மதிய உணவே கிடைத்தது. சாப்பிட்டு முடிக்க மூணே முக்கால். சாப்பிட்ட கையோடு அடித்துப் பிடித்துக் கொண்டு ஓட முடியாதே என்பதால் நாலரைக்கு ஒத்திப் போட்டேன். மேலும், நான் அந்தப் பதிவைப் போட்டதுமே நண்பர் பிரபு எனக்கு போன் செய்து திட்டத்தை உறுதிப்படுத்தியாயிற்று. அது பற்றியும் நான் ஃபேஸ்புக்கிலும் என் இணைய தளத்திலும் தெரிவித்திருந்தேன். முபாரக் அதைப் பார்க்கவில்லை போல. எல்லாம் தகவல் பரிமாற்றக் குழப்பங்கள். தகவல் பரிமாற்றத்தில் நாம் இன்னமும் செல்ல வேண்டிய தூரம் அதிகம் இருக்கிறது. தொழில்நுட்பத்தைச் சொல்லவில்லை. தொழில்நுட்பம் பக்காவாக உள்ளது. அதைப் பயன்படுத்திக் கொள்ளும் புத்திசாலித்தனத்தில் நாம் மிகவும் பின்தங்கியிருக்கிறோம்.

சீலே பற்றிய என் கட்டுரைகளில் நீங்கள் ஒன்றை கவனித்திருக்கலாம். சீலே சென்ற போதுதான் என் நெடுநாளைய குழப்பத்துக்கு, சந்தேகத்துக்கு பதில் கிடைத்தது. *90* வயதிலும் பியர் அடித்துக் கொண்டு, சுருட்டு பிடித்துக் கொண்டு தன் மனைவியின் தோளில் ஆசையுடன் கை போட்டுக் கொண்டு ரகளையாக வாழும் ஐரோப்பியர்களை, குறிப்பாக சீலேயர்களைப் பார்த்து வியந்திருக்கிறேன். நேரில் போய் தங்கிப் பார்த்த போது காரணம் விளங்கி விட்டது. ஸ்காண்டிநேவிய நாடுகளிலும் ஏனைய பிற மேற்கு ஐரோப்பிய நாடுகளிலும் இப்போது நடப்பது சர்வாதிகாரமற்ற கம்யூனிஸ அமைப்பு. கார்ல் மார்க்ஸ் என்ன கனவு கண்டாரோ அம்மாதிரி அரசு முறையே அங்கெல்லாம் நடைமுறையில் இருக்கிறது. ஆனால் சர்வாதிகாரம் இல்லை. *Welfare State* என்று சொல்லலாம். ஆனால் கம்யூனிசம் என்ற பெயரைச் சொல்ல மாட்டார்கள். கம்யூனிசம் என்பது மனித விரோதம் என்பதாக ருஷ்யா, மற்றும் கிழக்கு ஐரோப்பிய நடைமுறைகள் உலகுக்குச் சொல்லி விட்டன. அது வேறு விஷயம். இப்படி பெயரைச் சொல்லாமலேயே அந்தத் தத்துவத்தைப் பின்பற்றுவது போல, பேலியோ டயட் என்ற பெயரைச் சொல்லாமலேயே அல்லது அது பற்றித்

தெரியாமலேயே தென்னமெரிக்க நாடுகள் பலவற்றில் பேலியோ டயட்தான் உட்கொள்ளுகிறார்கள். உப்பு போடாமல், காரம் போடாமல், எண்ணெய் சேர்க்காமல் 400 கிராம் மாட்டு மாமிசத்தை அவித்துத் தின்கிறார்கள் (ஸ்டீக்) என்றால் அது என்ன டயட்? பேலியோ தானே? மனிதர்களின் உணவு முறையிலேயே ஆகச் சிறந்தது பேலியோதான் என்பது என் கருத்து. அதில் சைவமும் உண்டு, அசைவமும் உண்டு. நான் பேலியோவைப் பின்பற்றினால் அசைவத்தில் நிற்பேன். ஆனால் ஏற்கனவே இருபது பூனைகளுக்கு உணவிட்டுக் கொண்டிருக்கும் நிலையில் என்னை கவனித்துக் கொள்ளும் அளவுக்கு எனக்கு நேரம் இல்லை. எங்கே எது கிடைக்கிறதோ அதை உள்ளே தள்ளு என்ற அளவில்தான் இந்த அறுபத்தேழு வயது வரை என் வாழ்க்கை முறை அமைந்துள்ளது. பேலியோ எல்லாம் எனக்கு மிகப் பெரிய லக்ஷுரி.

காலையில் பாரதி மெஸ்ஸில் ராமசேஷனோடு அமர்ந்து சாதா ஊத்தப்பம் சாப்பிட்டுக் கொண்டிருக்கும் சமயத்தில் (காலை எட்டேகால் மணி) அவந்திகாவிடமிருந்து ஃபோன். வாரம் ஒருமுறை பூனைகளுக்கு மீன் வாங்க நொச்சிக்குப்பம் மீன் சந்தைக்குப் போவாள் அவந்திகா. காலையில் போனால் ஐஸில் போடாத புதிய வலை மீன்களையே வாங்க முடியும். ”இன்று பலவகையான மீன்கள் உள்ளன. உனக்கும் மீன் வாங்கலாம் என்று பார்க்கிறேன். உனக்கு என்ன மீன் வேண்டும்?” என்று கேட்டாள்.

“என்னென்ன மீன் இருக்கு?”

“நாக்கு மீன், பெரிய சங்கரா, மத்தி, கலவை, வவ்வால், சூறை” என்று அடுக்கிக் கொண்டே போனாள். பெரிய சங்கரா என்றேன் நான். பார்த்துக் கொண்டிருந்த ராமசேஷன் ஆச்சரியத்துடன் கண்களை விரித்து கைகளால் பாவம் காட்டினார். அவந்திகா அய்யங்கார். அவள் தீவிர சைவம். ஆனால் எனக்கும் பூனைகளுக்கும் எதுவும் பார்க்க மாட்டாள்.

இப்படியெல்லாம் செய்பவளின் வாழ்வில் காலம் என்பது ஒரு முரணாகவே இருப்பது பற்றி நான் புகார் ஏதும்

சொல்ல முடியாது. இதோ இதை எழுதிக் கொண்டிருக்கும் 11.35 மணிக்குத்தான் காலை உணவை சாப்பிட்டுக் கொண்டிருக்கிறாள். ஆக, மதிய உணவுக்கு மூன்றரை நாலு ஆகும். ஆனால் இன்று ஒன்றரைக்கே முடித்து விடலாம். இதோ கொஞ்ச நேரத்தில் சோறு ஆக்கி விட்டால் நேற்றைய மீன் குழம்பையே போட்டு ஒரு வெட்டு வெட்டலாம். யார் தயவும் தேவையில்லை. என்ன சொல்ல வந்தேன் என்றால், இப்படி இரண்டு வேளை உணவும் எப்படிக் கிடைக்கும் எப்போது கிடைக்கும் என்ற நிலையில்லா நிலையில் நான் எங்கே பேலியோவுக்குப் போவது? ஆனால் பேலியோவைக் கடைப்பிடிப்பவர்கள் அத்தனை பேரும் படு ஃபிட்டாக இருக்கிறார்கள். அதுதான் சீலே. அதனால்தான் தொண்ணூறு வயதிலும் அப்படி ஜாலி பண்ணிக் கொண்டு திரிகிறார்கள். அதையெல்லாம் விட முக்கியம், எதற்கெடுத்தாலும் நோய் நொடி என்று சொல்லி மாத்திரையும் கையுமாக அவர்கள் அலையவில்லை. அறுபத்தேழு வயது ரொபர்த்தோவிடம் கேட்டேன். நீ கடைசியாக எப்போது ஜுரம் ஜலதோஷம் என்று டாக்டரிடம் போனாய்? ஞாபகம் இல்லை என்று பதில் வந்தது. அவருக்கு பத்து வயதில் ஒரு குழந்தை. ஐந்து வயதில் ஒரு குழந்தை. இது தவிர எங்காவது ஒரு பிராத்தலுக்குப் போகலாம், வா என்று வேறு என்னை அழைத்தார். அதை விடுங்கள். அந்த இரண்டு குழந்தைகளுக்கும் எப்போது ஜுரம் ஜலதோஷம் என்று டாக்டரிடம் போனாய். சின்ன வயதில் போயிருப்பேன். சமீபத்தில் போனதில்லை.

மேலே உள்ள இரண்டு பத்திகளையும் ஏன் எனக்கு சாப்பிட மூணே கால் மணி ஆயிற்று என்பதை விளக்குவதற்காக விளக்கினேன். ஆக, மூணே முக்காலுக்கு ஜாக்கி ஷோ ரூம் வந்த முபாரக் நாலே முக்கால் மணி வரைக்கும் என்னைக் காணாமல் எங்கள் குடியிருப்பின் காவலாளியிடம் கேட்டிருக்கிறார். நாலே முக்காலுக்கு அவந்திகாவிடமிருந்து ஃபோன். முபாரக் என்பவர் காத்திருக்கிறார். அவளிடம் விஷயத்தை விளக்கினேன்.

நண்பர் பிரபு தகவல் பரிமாற்ற விஷயத்தில் கில்லாடி. ஆக கில்லாடி சீனி. இந்தத் தகவல் பரிமாற்ற விஷயத்தில் சமீபத்தில்

ஒரு மாபெரும் குழப்பம் நடந்தது. சீனியின் நிகழ்ச்சியின் போது என்னைச் சந்தித்து அழைத்துப் போக ராமர் என்ற நண்பரை அனுப்பியிருந்தார் சீனி. ஒரு மணிக்கு சாந்தோம் நெடுஞ்சாலையில் உள்ள ஜாக்கி ஷோ ரூம் வாசலில் நிற்பேன். அவர் அடையாறு வழியாக வருகிறார். அப்படியானால் பட்டினப்பாக்கத்தைத் தாண்டி வந்தால் தாவத் ஓட்டல். அதை அடுத்து ஜாக்கி ஷோ ரூம். சாந்தோம் நெடுஞ்சாலை. சாந்தோம் நெடுஞ்சாலையில் ஜாக்கி ஷோ ரூமைத் தவிர்க்கவே முடியாது.

“சரி, கூகுள் மேப் அனுப்ப முடியுமா சாரு?”

“ஆஹா, எனக்கு கூகிள் மேப் எல்லாம் அனுப்பத் தெரியாது ராமர். ஆனால் உங்களுக்கு எந்தப் பிரச்சினையும் இருக்காது. அடையாறிலிருந்து சாந்தோம் நெடுஞ்சாலைக்கு வரத் தெரியும்தானே?”

”தெரியும்.”

“ஓகே. அங்கே பட்டினப்பாக்கம் என்ற எல்லோருக்கும் தெரிந்த ஒரு இடம் இருக்கிறது. அதைத் தாண்டினால் வலது பக்கத்தில் தாவத் ஓட்டல். அதைத் தாண்டினால் ஜாக்கி ஷோ ரூம். அதை நீங்கள் தவிர்க்கவே முடியாது. ஒருவேளை உங்களுக்குப் பட்டினப்பாக்கத்தைத் தெரியாவிட்டாலும் கூட சாந்தோம் நெடுஞ்சாலையில் அடையாறிலிருந்து வந்தால் வலது பக்கத்தில் ஜாக்கி ஷோ ரூமைத் தவிர்க்க முடியாது.”

“ஓகே சாரு.”

ஒரு மணிக்கு நான் கீழே போய் விட்டேன். ஒன்னே காலுக்கு ராமரிடமிருந்து போன்.

“ஜாக்கி ஷோ ரூம் பக்கத்தில் உள்ள அபிநயா அபார்ட்மெண்ட்ஸ் தானே சாரு?”

முடிந்தது கதை. ஆள் வேறு எங்கோ போய் விட்டார். ஏனென்றால் இங்கே நான் குடியிருக்கும் அபார்மெண்ட் தவிர வேறு எந்த அபார்ட்மெண்ட்டும் இல்லை.

“அபிநயா அபார்மெண்ட்ஸ் என்று எதுவும் இங்கே இல்லையே ராமர்?”

“இல்லையே, ஜாக்கி ஷோ ரூம் பக்கத்தில் உள்ள அபிநயா அபார்ட்மெண்ட் வாசலில்தான் நான் நிற்கிறேன்.”

“நானும் ஜாக்கி ஷோ ரூம் வாசலில்தான் நிற்கிறேன். உங்கள் கார் நம்பர் என்ன?”

“ஃபாக்ஸ்வேகன். நம்பர் 5.”

“அப்படி எதுவும் கார் இங்கே இல்லியே? சொல்லப் போனால் இங்கே காரே இல்லியே? ஆமாம், நீங்கள் நிற்கும் தெரு அல்லது ரோடு பேர் என்ன?”

“டிடிகே ரோடு.”

“ஓஹோ. நான் நிற்பது சாந்தோம் ஹை ரோடு. நீங்கள் சாந்தோம் ஹை ரோடு வாங்க. அங்கே நிய்க்கிறேன்.”

”ஓகே சாரு. மேப்புல மூணு நிமிஷம்னு காட்டுது. இதோ மூணு நிமிஷத்துல வந்துர்ரேன்.”

டிடிகே ரோட்டிலிருந்து இங்கே வர இருபது நிமிடம் ஆகும் என்று எனக்குத் தெரியும். திரும்பவும் வீட்டுக்குப் போக முடியாது. அது ஒரு பெரிய கதை. அதை அப்புறம் சொல்கிறேன். ஏற்கனவே பதினைந்து நிமிடம் நின்றாயிற்று. இனி ஒரு இருபது நிமிடம். இவ்வளவு பிரச்சினைக்கு ஆயிரம் ரெண்டாயிரம் செலவு செய்து வூபரில் உத்தண்டி போயிருக்கலாம் என்று நினைத்துக் கொண்டேன். இருபது ஆகியும் ராமரின் அடையாளம் தெரியவில்லை. சரி, வரும் போது வரட்டும் என்று விட்டு விட்டேன். ஏனென்றால், வேறொரு ஜாக்கி ஷோ ரூம் கபாலி கோவில் வாசலில் இருக்கிறது. அங்கே போய் வாகன நெரிசலில் மாட்டினால் அவர் வருவதற்கு நாலு மணி கூட ஆகலாம்.

கிட்டத்தட்ட இரண்டு மணி ஆன போது பொறுமை இழந்து நானே ஃபோன் செய்தேன். கச்சேரி ரோட்டில் நிற்கிறாராம். ஓகோ, வர இன்னும் பத்து நிமிடம் ஆகும்.

வந்த பிறகுதான் சொன்னார், டிடிகே ரோட்டிலிருந்து சாந்தோம் நெடுஞ்சாலை வர வழி தெரியாமல் பல இடங்களில் மாட்டி, பிறகு சீனிக்கே ஃபோன் செய்து கேட்டுக் கொண்டு வருகிறாராம்.

நாங்கள் நேராக உத்தண்டி போகவில்லை. இடையில் அடையாறில் ஒரு உணவகத்தில் மதிய உணவை முடித்துக் கொண்டு, பிறகு பாலவாக்கத்தில் ஒரு நண்பர் வீட்டில் ஒரு டிவியை எடுத்துக் கொண்டு நாலு மணிக்கு உத்தண்டி போய்ச் சேர்ந்தோம். பாலவாக்கத்தில் நண்பரின் வீட்டைக் கண்டு பிடித்தது தனியாக ஒரு குறுநாவல். தனியாக எழுதுகிறேன்.

உத்தண்டி போய்ச் சேர்ந்ததும் முதல் வேலையாக கூகுள் மேப்பில் எப்படி ஒரு இடத்தை அனுப்புவது என்ற விஷயத்தைக் கற்றுக் கொண்டேன். ஆனால் தொழில்நுட்பம் எந்த அளவுக்கு வளர்கிறதோ அந்த அளவுக்கு மனித மூளையின் பயன்பாடு இல்லாமல் போய் மூளை மந்தமாகிறது. அந்த வகையில் மனிதனின் பரிணாம வளர்ச்சி பின்னோக்கிச் செல்கிறது. விரைவில் அவனுடைய ஆறு அறிவு ஒரு அறிவு இரண்டு அறிவாகத் தேய்ந்து விடும் சாத்தியம் கூட இருக்கிறது.

ஒவ்வொரு கதைக்கும் ஒரு முடிவு இருக்கும் அல்லவா? இந்தக் கதைக்கு முடிவு என்ன தெரியுமா? ராமர் சீனியிடம் என்னை அழைத்துச் செல்வதற்கான பேச்சு நடந்து கொண்டிருந்தபோது தயங்கிய குரலில் கேட்டாராம்: சீனி, சாரு ஃபாக்ஸ்வேகன் கார்லேலாம் ஏறுவார்ல?

ம், பார்த்துக் கொள்ளுங்கள், என் இமேஜ் எப்படி இருக்கிறது, நடைமுறை எப்படி இருக்கிறது என்று!

என் வாசக நண்பர்களின் அன்பு என்னைத் திக்குமுக்காடச் செய்கிறது. நான் சொன்ன ஒரு வார்த்தைக்காக முபாரக் ஒரு மணி நேரம் காத்திருந்திருக்கிறார். இந்த முபாரக் யார் என்று புத்தக விழாவில் தெரிந்து கொண்டேன். சென்ற ஆண்டு எனக்காக *William Penn* ஃபவுண்டன் பென் வாங்கிக் கொடுத்த இரண்டு நண்பர்களில் ஒருவர். இந்த முறை திருவல்லிக்கேணி

பாஷா ஹல்வாவும் எலந்த வடையும் கோவில்பட்டி கடலை மிட்டாயும் வாங்கிக் கொண்டு வந்து கொடுத்தார். நாகூரில் தம்ரூட் என்று ஒரு சொர்க்க இனிப்பு உண்டு. அது இப்போது காரைக்காலிலும் கிடைக்கிறது. இந்த பாஷா ஹல்வா அந்த தம்ரூட்டையும் விட பிரமாதமாக இருக்கிறது. அமிர்தம் என்றே சொல்ல வேண்டும். இனிப்பில் இதற்குத்தான் முதல் இடம் கொடுப்பேன். ஏற்கனவே சாப்பிட்டிருந்தாலும் இப்போதுதான் ரசித்து சாப்பிட்டேன். அவர்கள் முகவரி:

பாஷா ஹல்வா வாலா, 9, ஃபக்கீர் சாஹிப் தெரு, ஜாம்பஜார், திருவல்லிக்கேணி, சென்னை 5.

நான்கு மணிக்குக் கிளம்பிய நானும் பிரபுவும் சங்கீதா ரெஸ்டாரண்ட் சென்றோம். புத்தக விழா செல்வதற்கு முன்னால் ஒரு நல்ல காப்பி குடித்து விடலாம் என்று நினைத்தேன். மைலாப்பூர் காஃபி பற்றி நிறைய எழுதியிருக்கிறேன். இங்கே நல்ல காஃபி கிடைக்கும் இடங்களில் ஆர்.ஏ. புரம் சங்கீதா ஒக்கடேயையும் காவேரி மருத்துவமனை எதிரே உள்ள ஒக்கடேயையும் சேர்க்கலாம். ஆனால் மாலை நான்கு மணி அளவில் சங்கீதா காப்பி படு மோசமாக இருந்தது. காலையில் நன்றாகக் காப்பி கிடைக்கும் இடங்களில் கூட இப்படி மாலையில் மோசமான காப்பியாக மாறுவதன் காரணம், பழைய டிகாக்ஷனிலேயே மீண்டும் மீண்டும் புதிய டிகாக்ஷனைப் போட்டுச் சூடு பண்ணுவதுதான். புதிதாக டிகாக்ஷன் இறக்கினால் இந்தப் பிரச்சினை இருக்காது.

சமீபத்தில் ஒரு மாலை நேரத்தில் திருவல்லிக்கேணியில் என் நண்பர் இல்லத்தில் அப்படித்தான் எனக்கு ஒரு காஃபி டார்ச்சர் நடந்தது. நான் யார் வீட்டுக்கும் போவதில்லை. அப்படியே போனாலும் காஃபி குடிப்பதில்லை. டீயைத் தொடுவதே இல்லை. (மவுண்ட் ரோடு புகாரி டீ மட்டும் விதிவிலக்கு). காஃபி அடிக்டான நான் யார் வீட்டிலும் காஃபி குடிக்காததன் காரணம், காஃபியை முன்வைத்து அவர்கள் நமக்குக் கொடுக்கும் பலவிதமான டார்ச்சர்கள்தான்.

ஒன்று, ஒரு டம்ளர் காஃபிக்கு அரை ஸ்பூன் சர்க்கரைதான் அளவு என்றால் நாலு ஸ்பூன் போட்டு பானகமாக்கிக் கொடுப்பார்கள். உங்களுக்காக சர்க்கரை குறைத்திருக்கிறேன் என்று வேறு சொல்வார்கள்.

சிலர் நுரை வர ஆற்றிக் கொடுப்பார்கள். (நீங்கள் சூடாகத்தான் காப்பி குடிப்பீர்கள் என்று தெரியும். நான் உங்கள் ப்ளாகை எல்லாம் படிப்பேன். அதனால் அதிகம் ஆற்றாமல் சூடாகக் கொண்டு வந்திருக்கிறேன்.) எனக்கு நுரையைப் பார்த்தாலே ஆகாது. நுரை வர ஆற்றினால் அது ஹராகிரிக்குச் சமம்.

சிலர் பாலாடை மிதக்க மிதக்கக் கொடுப்பார்கள். குடிக்கும் போதே தூ தூ என்று துப்பிக் கொண்டே குடிக்க வேண்டும்.

சிலர் கன்னாபின்னா என்று டிகாக்ஷன் சேர்த்து கஷாயமாகக் கொடுப்பார்கள். அது பேர் கஷாயக் காப்பி.

சிலர் (மாலையில் போனால்) காலையில் போட்ட டிகாக்ஷனிலோ (காலையில் போனால்) முந்தின தினம் மாலையில் போட்ட டிகாக்ஷனிலோ போடுவார்கள்.

சிலர் ஏற்கனவே போட்டுப் பயன்படுத்திய தூளின் மேலேயே வெந்நீரை ஊற்றி மீண்டும் டிகாக்ஷன் எடுப்பார்கள்.

இப்படியாக காஃபி போடுவதில் விதவிதமான டார்ச்சர்கள் உண்டு.

அன்றைய திருவல்லிக்கேணி நண்பர் வீட்டுக்குப் போன நான் காஃபி கொடுப்பதற்குள் நழுவி விட வேண்டும் என்ற ஜாக்கிரதை உணர்வில் கிளம்ப யத்தனித்தேன். என் நண்பனின் மாமியார் பார்த்து விட்டார். காஃபி வந்தது. அது ஒரு புதுவிதமான டார்ச்சர். முதல் வாயில் இனிப்பு சரியாக இருந்தது. இரண்டாவது வாயில் கொஞ்சம் சர்க்கரை தூக்கல். மூன்றாவது வாயில் இன்னும் கொஞ்சம் சர்க்கரை தூக்கல். இப்படியே நான்காவது வாய், ஐந்தாவது வாயில் சர்க்கரை அளவு கூடிக் கொண்டே போய் கடைசியில் பானகமாய் மாறியது காப்பி. அடப்பாவிகளா, சர்க்கரையைப் போட்டு விட்டு ஸ்பூனால் கலக்க மறந்து விட்டார்கள்!

சொல்ல மறந்து விட்டேன், பிரபுவும் பேலியோ தான். அதனால் கல்லூரி மாணவனைப் போல் இருப்பார். நாலரையிலிருந்து ஒன்பது மணி வரை என் பக்கத்திலேயே உட்கார்ந்திருந்து எனக்குத் தேவையானதை கவனித்து, ஒன்பது ஆனதும் என்னை வீட்டில் கொண்டு வந்து விட்டுவிட்டுப் போனார். இப்படிப்பட்ட நண்பர்களுக்கு நான் என்ன கைம்மாறு செய்யப் போகிறேன்? எழுத வேண்டும். எழுதி எழுதித் தீர்க்க வேண்டும்.

இன்று மாலை நாலரை மணியிலிருந்து புத்தக விழாவில் இருப்பேன். நேற்று சங்கீதா சொதப்பி விட்டதால் பார்க் ஷெரட்டன் அருகில் உள்ள ஸ்டார் பக்ஸில் காப்பி குடிக்கலாம் என்று இருக்கிறேன்.

12.1.2020

9. புத்தக விழா – 8

சென்னை புத்தக விழாவில் உள்ள எழுத்தாளர் முற்றத்தில் வருகின்ற பதினெட்டாம் தேதி சனிக்கிழமை மாலை சரியாக ஏழு மணிக்கு எழுத்தாளர் அறிமுக நிகழ்ச்சி நடைபெறுகிறது. என் எழுத்தை அறிமுகம் செய்து நண்பர்கள் பேசுகிறார்கள். நானும் என் எழுத்து பற்றி விரிவாகப் பேசுகிறேன். அதில் கலந்து கொள்வதும் கலந்து கொள்ளாததும் உங்கள் விருப்பம். ஆனால் கலந்து கொள்ளாதவர்களை என் நட்புப் பட்டியலிலிருந்து விலக்கி விடுவேன். அதாவது, ஃபேஸ்புக் நட்புப் பட்டியல், வாட்ஸப் பட்டியல். அது மட்டும் அல்லாமல் என் தொலைபேசியிலிருந்து உங்கள் எண்ணை ப்ளாக் செய்து விடுவேன்.

ஏன் இவ்வளவு கடுமையாகவும் மூர்க்கமாகவும் சொல்கிறேன் என்றால், எழுத்தாளர் முற்றத்தில் எழுத்தாளரையும் எழுத்தாளரை அறிமுகப்படுத்துபவரையும் தவிர ஒரு ஆளையும் பார்க்க முடியவில்லை. இது ஒரு அவமானம். சென்ற ஆண்டு ஒரு நண்பரின் புத்தக வெளியீட்டு விழா இதே எழுத்தாளர் முற்றத்தில் நடந்தது. அஜயன் பாலா போன்ற சில நண்பர்களும் என்னோடு பேசினார்கள். அப்போதும் எங்கள் பேச்சைக் கேட்பதற்கு ஐந்து பேர்தான் வந்தார்கள். என்னை முதலில்

பேசச் சொன்னதால் நான் முதலில் பேசினேன். ஐந்து பேர் கேட்டார்கள். விடியோ கூட எடுக்கவில்லை. நான் பேசி முடித்ததும் அஜயன் பாலா பேசும் போது முப்பது பேர் வந்தார்கள்.

என் பேச்சை ஒருத்தர் கூட கேட்க வேண்டாம். வர வேண்டாம். ஆனால் ஃபேஸ்புக்கில் ப்ளாக் செய்வேன். வாட்ஸப்பில் ப்ளாக் செய்வேன். தொலைபேசியிலும் ப்ளாக் செய்வேன்.

இது சென்னையில் உள்ளவர்களுக்கு மட்டுமே. இதற்காக நான் யாரையும் செங்கல்பட்டிலிருந்தோ மதுரையிலிருந்தோ வரச் சொல்லவில்லை. வினித் என்ற நண்பர் ஊருக்குப் போகிறேன் என்று சொல்லி விட்டார். இப்படி பொங்கலுக்காக ஊருக்குச் சென்றவர்களையும் விட்டு விடுகிறேன். கல்யாணத்துக்குச் செல்ல வேண்டியவர்களையும் விட்டு விடலாம்.

நான் மிக மூர்க்கமாகவே இதை எழுதுவதாகத் தோன்றுகிறது. ஆனால் ஒரே ஒரு கணம், என் நிலையிலிருந்து யோசித்துப் பாருங்கள். சென்ற ஆண்டு நான் பேசுகிறேன். ஐந்து பேர் கேட்கிறார்கள். விடியோ எடுத்தாலாவது பலரையும் சென்றடையும் என்று நினைக்கலாம். அதுவும் இல்லை. என்னை அந்த நிகழ்ச்சிக்கு அழைத்த அந்தப் புத்தக வெளியீட்டு நிகழ்ச்சியின் நாயகரை அந்தப் புத்தகத்தை எழுதிய என் நெருங்கிய நண்பரை நான் ஃபேஸ்புக்கிலும், தொலைபேசியிலும், வாட்ஸப்பிலும் ப்ளாக் செய்து ஒரு ஆண்டு ஆகிறது. எத்தனையோ பெரிய இடத்து சிபாரிசுகள் வந்தன. நான் கேட்கவில்லை.

எழுத்தாளன் அவமானப்படுவதை நான் அனுமதிக்க மாட்டேன். என் புத்தகங்கள் இருநூறு பிரதிகள்தான் விற்கின்றன. கவலையே இல்லை. இருபது பிரதியே விற்கட்டும். அதைப் பற்றி எனக்குக் கவலை இல்லை. அது பதிப்பக நண்பர்கள் கவலைப்பட வேண்டிய விஷயம். ஆனால் என்னை ஒரு கூட்டத்தில் பேச அழைத்து விட்டு, ஆட்கள் வரவில்லை நண்பர்கள் வரவில்லை என்றால், அதை நான் மன்னிக்க மாட்டேன். இந்த நிகழ்ச்சியை ஏற்பாடு செய்யும் நண்பர்கள் பாராட்டுக்குரியவர்கள். புத்தக விழாவின் அர்த்தமே என்னவென்றால், எழுத்தாளர்களை

வாசகர்கள் சந்திக்கலாம் என்பதுதான். அதற்குக் கூட வாசகர்கள் தயாராக இல்லையெனில் அது சாதாரணமாக எடுத்துக் கொள்ளக் கூடியது அல்ல.

ஆனால் என்னைப் பொருத்தவரை இந்தப் புத்தக விழா என் கண்களைத் திறந்த ஒரு நிகழ்ச்சி. முன்பு எனக்கு ஒரு கடிதம் வந்தது. சாரு, நான் ஒரு டிரைவர். என் சம்பளம் 10,000 ரூ. நான் இரண்டு மாதங்களுக்கு ஒருமுறை நூறு ரூபாய் சந்தா அனுப்பவா? இப்படிக் கடிதம் எழுதிய வாசக நண்பர் கண்ணன் நேற்று வந்திருந்தார். என்னைப் பார்த்ததும் அழுது விட்டார். எனக்கும் கண் கலங்கி விட்டது. இதுவே அமெரிக்காவாகவோ ஃப்ரான்ஸாகவோ இருந்தால் கலங்காது. அங்கே *division of labour*இன் வீர்யம் இல்லை. இங்கே ஒரு டிரைவர் அதிக பட்சம் தினத்தந்திதான் படிக்கலாம்; படிக்க முடியும். அதுதான் சாத்தியம். ஆனால் கண்ணன் சாரு நிவேதிதாவைப் படிக்கிறார். அதனால்தான் இரண்டு பேருக்குமே கண் கலங்கி விட்டது. இங்கே உள்ள சமூக நிலைமை அப்படி.

அதேபோல் சென்னையில் உள்ள ஒரு புகழ்பெற்ற பல்கலைக்கழகத்தில் உயர்ந்த பதவியில் இருக்கும் ஒரு நண்பரும் வந்து தன்னை அறிமுகப்படுத்திக் கொண்டார். அவருடைய பண்பையும் பணிவையும் வார்த்தைகளில் விளக்க இயலாது. அவர் தன்னுடைய முகவரியைச் சொல்ல முற்பட்ட போது பக்கத்தில் இருந்த ராம்ஜி அவர் முகவரியை மனப்பாடமாகச் சொன்னார். நான் அதிர்ந்து விட்டேன். பிறகு ராம்ஜியே விளக்கம் சொன்னார். மனனம் ஆகும் அளவுக்கு அந்த நண்பர் என் புத்தகங்களை வாங்கியிருக்கிறார். வாரம் ஒருமுறை ஒரு நண்பருக்கு விலாசம் எழுதி புத்தகப் பார்சல் எழுதினால் விலாசம் மனனம் ஆகி விடும்தானே? நீங்கள் யோசிக்கலாம்; ஒரு புத்தகத்தை ஒருமுறைதானே வாங்க முடியும்? ம்ஹூம். பழுப்பு நிறப் பக்கங்கள் பதினைந்து பிரதி வாங்கியிருக்கிறார். எப்போதெல்லாம் ஒரு சீரிய மாணவனை அல்லது நண்பரைச் சந்திக்கிறாரோ அவருக்கெல்லாம் ஒரு ஆர்டர்; ஒரு பார்சல். எங்களிடம் அதிக புத்தகங்களை வாங்கியவர் அவர்தான் என்றார் ராம்ஜி.

ஈஸ்வரி வந்தார். ஈஸ்வரி பற்றி ஏழெட்டு ஆண்டுகளுக்கு முன்பு எழுதியிருக்கிறேன். அவந்திகா ஒரு ஆன்மீகப் பயிற்சி வகுப்புக்காக பத்து நாள் வெளியூர் சென்றிருந்தாள். அப்போது பார்த்து எனக்கு டெங்கு ஜுரம் வந்து விட்டது. கூட பப்பு, ஸோரோ நாய்கள் வேறு. அப்போது எனக்கு மூன்று வேளையும் அன்னமிட்டு கவனித்துக் கொண்ட புண்ணியவதி இந்த ஈஸ்வரிதான். ஒரு நாள் ஈஸ்வரி கொடுத்தனுப்பிய உணவுப் பாத்திரத்தை (தூக்கு) என்னால் திறக்க முடியவில்லை. உள்ளே கஞ்சி இருந்தது. என் உடம்பில் பலம் இல்லை. ரொம்பக் கஷ்டப்பட்டு திறந்தேன். அதைச் சொன்ன பிறகு உணவை எடுத்து வரும் டிரைவரே பாத்திரத்தைத் திறந்தும் கொடுத்து விட்டுப் போவார். ஈஸ்வரியின் கணவரும் ஒரு அற்புதமான மனிதர். நேற்று இருவரும் வந்திருந்தார்கள். சென்ற ஆண்டு புத்தக விழாவில் ஈஸ்வரி நான் போவதற்கு முன்னதாகவே வந்து போய் விட்டார். ஆனால் ராம்ஜியிடம் எனக்காக மோர் கொடுத்து விட்டுச் சென்றிருந்தார். இன்று பொங்கல் கொண்டு வந்து தருகிறேன் என்றார். அன்ன லட்சுமி.

இன்னொரு வாசகி. பெயரைக் குறிப்பிடலாமா என்று தெரியவில்லை. நார்த்தங்காயும் ஐந்து *whiskas wet cat food sachet*டும் வாங்கிக் கொண்டு வந்து கொடுத்தார். நார்த்தங்காய் தோட்டத்தில் பறித்தது. வாஸ்தவத்தில் நேற்று இரவு பூனைக் குட்டிகளுக்கு *wet food* கையிருப்பு இல்லை. நான் புத்தக விழாவிலிருந்து திரும்ப இரவு பத்து ஆகி விடும். என்ன செய்யலாம் என்றுதான் இணைய தளத்திலும் ஃபேஸ்புக்கிலும் எழுதினேன். நிறைய ஆலோசனைகள்தான் கிடைத்தன. தயிர் சாதம் கொடுங்கள் மயிர் சாதம் கொடுங்கள் என்று. யோவ், எனக்கு அதற்கெல்லாமா நேரம் இருக்கிறது? ரெடிமேடாக இருந்தால் பாக்கெட்டைக் கிழித்துக் கொடுக்கலாம். அதற்கே முக்கால் மணி நேரம் போகிறது. காலையில் முக்கால் மணி நேரம். இரவு முக்கால் மணி நேரம். ஆனால் வளர்ந்த பூனைகளுக்கு *dry cat food* தான். குட்டிகள் ட்ரை உணவைச் சாப்பிடுவதில்லை. அதனால்தான் இந்த *wet cat food.* வேலை மெனக்கெட்டு கடைக்குப் போய் *wet cat food* வாங்கிக்

கொண்டு வந்து கொடுத்து பூனைக் குட்டிகளின் இரவு உணவை கவனித்துக் கொண்ட அந்த வாசகிக்கு நன்றி.

சரண்யா என்ற வாசகி நீங்கள் *handsome*ஆக இருக்கிறீர்கள் சாரு என்று சொல்லி என்னோடு புகைப்படம் எடுத்துக் கொண்டார். இருபத்தைந்து ஆண்டுகளுக்கு முன்னால் நான் உண்மையிலேயே ஹேண்ட்ஸம்மாக இருந்தேன். ஆனால் என் துரதிர்ஷ்டம் அப்போது தினம்தினம் அதை என் நண்பர் ராகவன்தான் சொல்லிக் கொண்டிருந்தார்.

நண்பர் அதிஷாவை என்றுமே மறக்க மாட்டேன். ஏனென்றால், என் சருமத்தைப் பராமரிக்க நான் செய்து கொண்டிருக்கும் காரியங்களை ஒரே ஒருவர்தான் அறிவார். ஆனால் அதிஷா அதற்கான அங்கீகாரத்தை அளித்தார். இது வேற லெவல் என்று ஆரம்பித்து அவர் சொன்னதையெல்லாம் இங்கே சொன்னால் லஜ்ஜையாக இருக்கும். சிலர் இருக்கிறார்கள், ஏன் சாரு ரொம்ப டல்லா இருக்கீங்க என்றுதான் பேச்சையே ஆரம்பிப்பார்கள். இவர்கள் நிச்சயமாக ஸேடிஸ்டுகள். ஏனென்றால், அதற்கு ஐந்து நிமிடம் முன்னால்தான் சரண்யா போன்ற ஒரு வாசகி "நீங்க செம ஹேண்ட்ஸம் சாரு" என்று சொல்லி புகைப்படம் எடுத்துக் கொண்டு நகர்ந்திருப்பார். அப்புறம் வருவார் இந்த சேடிஸ்ட். ஏன் சாரு ரொம்ப டல்லா இருக்கீங்க?

ரொம்பப் பேர் என்னிடம் வந்து நீங்கள் அராத்துவைத் தூக்கி விடுகிறீர்கள் என்பார்கள். அவர்களெல்லாம் நாஸ்திகர்கள் என்கிறேன் நான். ஒரு மனிதனை இன்னொரு மனிதன் தூக்கி விட முடியுமா? கல்லிலும் இருக்கும் தேரைக்கு உணவிடுபவன் அல்லவா இறைவன்? அப்புறம் எப்படி நான் அராத்துவைத் தூக்கி விட முடியும்? ஆனால் ஒருநாள் ஒரே ஒரு நாள் ஓ, அராத்துவை நாம் தூக்கித்தான் விடுகிறோமோ, இனி அந்த ஆள் பற்றி ஒரு வார்த்தை பேசக் கூடாது, திட்டக் கூட கூடாது. திட்டினால் இன்னும் ஏறி விடும் என்று நினைக்கிறாற் போன்ற ஒரு தருணம் வந்து விட்டது. கவனமாகக் கேளுங்கள். ஸீரோ டிகிரி பப்ளிஷிங் அரங்கில் நானும் அராத்துவும் பதிப்பாளர்களும் அமர்ந்திருந்தோம். அப்போது

ஒரு ஜோடி. அந்தப் பெண் அந்தக் காலத்து சில்க் ஸ்மிதா போல் இருந்தார். அச்சு அசல். பயங்கரம். போதாக்குறைக்கு முண்டா பனியன். நான்தான் ஸ்ரீராமச்சந்திர மூர்த்தியாக வாழ்ந்து கொண்டிருக்கிறேனே, அதனால் எதிர்ப் பக்கம் இருக்கும் நியூபுக் லேண்ட்ஸில் அமர்ந்திருந்த சீனிவாசனையே பார்த்துக் கொண்டிருந்தேன். ராம்ஜி என்னை சார் என்று அழைத்த போது கூட சீனிவாசனிடமிருந்து கண்களை நகர்த்தாமல் என்ன ராம்ஜி என்றேன். ஆனால் மனசு பூராவும் பதற்றமாக இருந்தது. காரணம், அந்த ஜோடி அராத்துவின் புத்தகங்களில் தங்கியிருந்தது. அந்த "ஸ்மிதா" மட்டும் அப்போது பொண்டாட்டி நாவலை எடுத்து வந்து பில் போட்டிருந்தார்... அவ்வளவுதான் சேதி, அராத்துவை என் வாழ்க்கையிலிருந்தே நீக்கி விட்டிருப்பேன். என் நல்ல காலம், அப்படி எதுவும் நடக்கவில்லை. ஸ்மிதாவும் அவர் நண்பரும் ஒரு புத்தகமும் வாங்காமல் போய் விட்டார்கள். அப்பாடா என்று வாய் விட்டுச் சொல்லித் தொலைத்து விட்டேன். ராம்ஜி என்ன சார் அப்பாடா என்று கேட்டாரா, நானோ உண்மை விளம்பி ஆயிற்றே? உண்மையைச் சொல்லீ விட்டேன்...

14.1.2020

10. புத்தக விழா – 9

ஜெயமோகனின் நண்பர் கடலூர் சீனு பதினெட்டாம் தேதி சந்திப்பு பற்றி ஒரு முக்கியமான கடிதத்தை எழுதியிருக்கிறார். ஆம், அதில் அவர் சொல்லும் விஷயங்கள் உண்மைதான். எழுத்தாளர் முற்றம் சந்திப்பு இடம் ஆண் பெண் கழிப்பறைகளின் அருகேதான் இருக்கிறது. பொதுவாகவே எழுத்தாளர் என்றால் எல்லா இடத்திலும் அவமானப்படுத்துவதுதானே இயல்பு என்ற சொரணை கெட்ட தோல் வந்து விட்டதால் எனக்கு அது உறைக்கவில்லை. மற்றபடி தினசரி அந்த எழுத்தாளர் முற்றத்தை நான் பார்த்துக்கொண்டுதான் வருகிறேன். என்ன இது, கக்கூஸ் பக்கத்தில் என்று நினைப்பேன், ஆனாலும் மேலே சொன்ன காரணத்தால் அந்த நினைப்பை உதறி விட்டு விடுவேன். இப்போது கடலூர் சீனுவின் கடிதம்:

சாருநிவேதிதா அவர்களுக்கு,

எழுத்தாளர் முற்றம் நிகழ்வுக்கு உங்களின் அழைப்பை உங்களது தளத்தில் கண்டேன். ஒரு சிறிய விண்ணப்பம். ஒரு முறை முன்கூட்டியே சென்று, எழுத்தாளர் வாசகர் சந்திப்புக்கு நிர்வாகம் அமைத்திருக்கும் அந்த அறையை ஒரு முறை பார்க்கவும். விழா மூலையில் ஒரு பிளவு. மேலே அவசர வழி எனும் பதாகை. நுழைந்தால் ஒரு சிறிய திடல். பத்து அடி இடைவெளியில் மூன்று அரங்குகள். அல்லது மறைப்புகள்.

ஒன்று ஆண்களின் அவசரத்துக்கு. இன்னொன்று பெண்களின் அவசரத்துக்கு. எழுத்தாளர் வாசகர் அவசரத்துக்கான முற்றம் மூன்றாவது. இதுதான் நிலை.

எழுத்தாளர் வாசகர் சந்திப்பு என்பது விழா நேர சொறிதல் அல்ல. அது ஒரு கலாச்சார நிகழ்வு. பண்பாட்டு அசைவின் ஒரு துளி. அது நிகழ நிர்வாகம் ஒதுக்கிய இடம் ஒரு வாசகனாக என்னால் ஒப்புக் கொள்ள இயலாத இடம். ஜெயமோகன் சொல்வார் மூத்திர சந்தில் ஒட்டடப்படும் போஸ்டரை ஊரில் கவனிக்காத ஒரு ஆள் இருக்க முடியாது என்று. அந்த நிலையை நிர்வாகம் கைக்கொள்ளுகிறது.

நிர்வாகத்தால் விழா அரங்கின் மத்தியில் அரங்கம் அமைக்க முடியாது. அந்த இடத்தில் ஒரு கடை போட்டால் காசு வரும். ஆகவே காசு வராத அரங்கங்கள் எங்கே இருக்குமோ அங்கே சேர்த்து விட்டார்கள் எழுத்தாளர் முற்றத்தை. ஆகவே ஒரு முறை அரங்கை பார்வை இட்டு, அது உங்களுக்கு ஏற்புடையதுதானா என ஒரு முறை சரிபார்த்துக் கொள்ளுங்கள். *[இது பதினோராம் தேதி நான் விழா வந்த போது இருந்த நிலை. எவரேனும் மட்டுறுத்தி முற்றம் மாற்றப்பட்டிருக்கவும் கூடும்].*

ஒரு தமிழ் எழுத்தாளராக எந்தத் தமிழ் எழுத்தாளரும் எங்கே எவ்விதம் திகழ வேண்டும் என்றொரு கனவு வாசகனாக எனக்கு உண்டு. அத்தகு மாண்பு கொண்ட அரங்கு அல்ல நிர்வாகம் அமைத்திருக்கும் இடம். என் பார்வைக்கு வரும் எந்த முற்றம் நோக்கிய எழுத்தாளர் அழைப்பையும் நட்பு எதிர்ப்பு தாண்டி நான் மட்டுறுத்தவே செய்வேன். இரண்டு எழுத்தாளர்களை முன்பே மட்டுறுத்தினேன். நீங்கள் மூன்றாவது.

நன்றி.
தங்கள் உண்மையுள்ள,
கடலூர் சீனு.

15.1.2020

“பித்துப் பிடித்த நிலையில் உருவாகும் பிரேக்-அப்களை அதே பித்துநிலையில் பகடியாக எழுதப்பட்டிருக்கிறது.”

இந்த வாக்கியத்தில் ஒருமை பன்மை பிழை தவிர இன்னொரு பிழை என்ன என்று பலரிடமும் கேட்டேன். ஒருவரும் சரியாக பதில் சொல்லவில்லை.

‘பிரேக்-அப்களை அதே பித்துநிலையில் பகடியாக எழுதப்பட்டிருக்கிறது’ அல்ல. மீன்களை நல்லபடியாக சமைக்கப்பட்டிருக்கிறது என்று சொல்வது போன்ற பிழை. மீன்கள் நல்லபடியாக சமைக்கப்பட்டிருகின்றன. அதேபோல், ப்ரேக் அப்கள் அதே பித்துநிலையில் பகடியாக எழுதப்பட்டிருக்கின்றன.

11. அற்புதம்

கடந்த ஐம்பது ஆண்டுகளில் வாழ்ந்த இசைக் கலைஞர்களில் மேதை என்று சொல்லத்தக்க அத்தனை பேரையும் நேரடியாகக் கேட்டிருக்கிறேன். பண்டிட் ஜஸ்ராஜ், மல்லிகார்ஜுன் மன்ஸுர், கான் ஸாஹிப் (பிஸ்மில்லா கான்) என்று ஏராளமான பெயர்கள் ஞாபகத்துக்கு வருகின்றன. நான் அடிக்கடி சொல்வதுண்டு, தியாகய்யர் திருவையாற்றின் தெருக்களில் ராம பிரானைத் துதித்தபடி பாடி நடந்து சென்ற போது அவர் காலடி பட்ட ஒரு புழுவாகவோ பூச்சியாகவோ நான் இருந்திருக்கிறேன்; அதனால்தான் இசையின் மீது இத்தனை பித்து என்று.

மைலாப்பூர் என்ன அத்தனை உசத்தியா என்று என்னிடம் அசோகமித்திரன் அடிக்கடி கேட்பதுண்டு. மைலாப்பூர் மாதிரி ஒரு ஊர் உலகத்திலேயே இல்லை சார் என்பேன்.

இன்று காலை ராமசேஷன் வீதி பஜனை என்ற பெயரில் ஒரு யூட்யூப் காணொலியை அனுப்பியிருந்தார். அதில் ஒரு இருபத்தைந்து வயது மதிக்கத்தக்க பெண் பஜன் பாடிக் கொண்டிருக்கிறார். ஒருத்தர் ஹார்மோனியம். ஒருத்தர் மிருதங்கம். சுற்றி வர முப்பது பேர். மைலாப்பூர் வடக்கு மாட வீதியில் நடக்கும் தெரு பஜனை. கிழக்கே சூரியன் தெரிவதால் காலை என்று அனுமானிக்கிறேன். ஆறரை இருக்கலாம். நாம்

சாதாரணமாகப் பார்க்கும் பக்கத்து வீட்டுப் பெண்ணைப் போன்ற தோற்றம். கொஞ்சம் ஆண் குரல். ஆனால் அந்தப் பெண் பாடும் போது நான் ஏதோ ஒரு ஜென்மத்தில் கேட்ட ஏதோ ஒரு மகானின் குரல் என் செவிகளில் ஒலித்தது.

அவந்திகாவிடம் சொல்வதுண்டு, என் இறுதி நாள் வரை மைலாப்பூர்தான் என்று. கோடி கோடியாய்க் கொட்டிக் கொடுத்தாலும் இந்த மண்ணை விட்டுப் பிரிய மாட்டேன். அற்புதத் தருணம். அற்புத வாழ்க்கை.

மேற்கண்ட பதிவை காலையில் ஃபேஸ்புக்கில் எழுதி அந்தக் காணொலியின் இணைப்பையும் கொடுத்திருந்தேன். அதற்கு இரண்டு பதில்கள் கிடைத்தன. ஒன்று, ராமசேஷன்.

"தங்கள் வீட்டின் அருகில் உள்ள பாபநாசம் சிவன் தெருவில் வாழ்ந்த தமிழ் தியாகராஜர் என்று சங்கீத உலகில் அழைக்கப்படும் பாபநாசம் சிவன் மயிலை மாடவீதிகளில் தவறாமல் ஒவ்வொரு மார்கழி மாதத்திலும் நாமசங்கீர்த்தனம் செய்வார் என்று படித்துள்ளேன். நீங்கள் சொல்வது போல் மயிலை மண்ணுக்கு ஒரு தனி மகத்துவம் இருக்கிறது என்றால் மிகை இல்லை!"

https://www.facebook.com/watch/?v=1115166592159006&t=18

இன்னொரு பதில் *S.P.* தேவராஜன் எழுதியது:

குருஜி ஹரிதாஸ் ஸ்வாமிக்குப் பிறகு தென்னாங்கூர் ஸ்ரீ ஞானானந்தா கிரி பீடத்தை அலங்கரித்த ஸ்ரீ நாமானந்த கிரி மஹராஜ் அவர்களின் பூர்வாஸ்ரம பேத்திதான் பாடுகிறார். அருகில் பிரபல வித்வான் மதுரை *G. S.* மணி அவர்கள். அருகில் இருப்பது ஞானானந்த மண்டலியின் உறுப்பினர்கள்...

ஆக, பஜன் பாடியது சாதாரண ஆள் அல்ல என்று தெரிகிறது. விவரம் மேலே இருக்கிறது. ஆயெ கிரிதர் த்வாரே என்ற இந்தப் புகழ்பெற்ற பஜனை இயற்றியது ஸ்வாதித் திருநாள்.

17.1.2020

12. சக்ரவாகம்

ஒரு முதிர்ந்த - அல்லது இப்படிச் சொல்லலாம் - ஒரு பழுத்த பெண்ணுடன் முயங்கியிருக்கிறீர்களா? முயங்கலில் அங்கமெங்கும் ஒளிந்துகிடக்கும் அவள் இளமையை தேடித்தேடி வேட்டை நாய்போல் அவள் தேகமெங்கும் நாவால் அலைந்துண்டா?

அவ்விளமையைத் தேடிக்கண்டடைந்ததுண்டா?

பாவாடை சட்டையிலிருந்து தாவணிக்கு மாறிய காலத்திலிருந்து இன்று வரையான அவளுடைய சரீரத்தின் ஒவ்வவொரு இணுக்குகளையும் பரவசத்தோடு சுவைத்ததுண்டா?

அப்படியானால் நீங்கள் தைரியமாக ந. சிதம்பர சுப்பிரமணியனின் *சக்ரவாகம்* என்ற சிறுகதைத் தொகுப்பை வாசிக்கத்தொடங்கலாம். அவருடைய *மண்ணில் தெரியுது வானம்* என்ற புதினத்தை விடுங்கள், மனிதர் சிறுகதைகளில் அந்தக் காலத்தில் பேயாட்டம் ஆடியிருக்கிறார்.

இன்றைக்குத் தமிழ் சிறுகதை வேறு ஒரு வளர்ச்சியடைந்த நிலையில் தன்னை நிறுவிக்கொண்டிருக்கிறது.

ஆனால் சிதம்பரசுப்பிரமணியன் வாழ்ந்த காலத்தில் அவர் எழுதிய சிறுகதைகள் ஒரு புரட்சியாகத்தான் இருந்திருக்க வேண்டும்.

சமஸ்கிருதமும் தமிழும் கலந்த அந்த நடை ஒரு மயக்கத்தைக் கூட்டுகிறது.

தரிசன தாகம் சிறுகதையில் அக தரிசனம் என்ற விஷயத்தை லோகனாதன் என்ற சிறுவன் மூலம் லேசாக ஒரு கோடிழுத்துவிட்டுப் போகிறார். சிதம்பர சுப்ரமணியன் ஒரு சினிமா நிறுவனத்தில் வேலையிலிருந்திருக்கிறார். தாய் நட்சத்திரம் என்ற சிறுகதையில் அழும் குழந்தையை விட்டுவிட்டு ஒரு காதல் காட்சியில் நடிக்க வேண்டிய நடிகையின் எண்ண ஓட்டங்களைப் பேசுகிறார்.

பாட்டி என்று ஒரு கதை.

அந்தக் காலத்தில் இரண்டாம் தாரம் மூன்றாம் தாரம் எல்லாம் வெகு இயல்பாக நடந்த காலமில்லையா, அப்படி தங்கம் என்கிற சிறு பெண் நாற்பது வயது மனிதருக்கு இரண்டாம் தாரமாகப் போகிறாள். அந்த நாற்பது வயது மனிதரின் மகள் திருமணம் முடிந்து கைக்குழந்தையுடன் கல்யாணத்திற்கு வந்திருக்கிறாள். அவளுக்கும் அவளுடைய சிற்றன்னை தங்கத்திற்கும் நிகழும் அந்த சிறு உரையாடல்தான் கதை.

வாசித்துப்பாருங்கள்.

அன்னதான சமாஜம் என்ற சிறுகதையில் ஒரு குறைநலமுடைய குழந்தையை கட்டை என்று எழுதுகிறார், அதிர்ந்து போன வார்த்தையாடல் அது. கதையை வாசிக்கும்போது நீங்கள் புரிந்துகொள்ள முடியும்.

லக்ஷியவாதி என்ற சிறுகதையில் போகிற போக்கில் ஒரு எழுத்தாளனின் அன்றைய நிலையைச் சொல்லிவிடுகிறார்.

இந்தத் தொகுப்பு முழுக்கவுமே ஒரு பரவசத்தைத் கொடுத்தது.

இத்தனை வருடங்களில் தமிழில் சிறுகதை வடிவம் எத்தனையோ மாற்றங்களையும் பல பதிய வடிவங்களையும் கொண்டிருந்தாலும் இந்தப் பழுத்த பேரழகியுடன் முயங்குவது அத்தனைப் பரவசமாயிருக்கிறது.

18.1.2020

13. புத்தக விழா – 10

சென்னையில் நடந்து கொண்டிருக்கும் இந்த 2020-ஆம் ஆண்டு புத்தக விழாவை என் வாழ்நாளில் மறக்க இயலாது. இப்படியான கொண்டாட்டம் இதுவரை என் வாழ்வில் நடந்ததில்லை. இனிமேல் எழுத்தாளனை தமிழ்ச் சமூகத்தில் கொண்டாடவில்லை என்று சொல்ல மாட்டேன். குறிப்பிட்ட சில எழுத்தாளர்களை அவர்களின் வாசகர்கள் அதி உற்சாகமாகக் கொண்டாடுகிறார்கள். சந்தேகமே இல்லை. அப்படிக் கொண்டாடப்படுகின்றவர்களில் அடியேனும் ஒருவன் என்பதை இந்தப் புத்தக விழாவில் கண்டு கொண்டேன். இதற்குக் காரணமானவர்கள் ஸீரோ டிகிரி பப்ளிஷிங்கைத் துவக்கி என் புத்தகங்களைக் கிடைக்கச் செய்த ராம்ஜியும் காயத்ரியும். அவர்களுக்கு நன்றி என்று சொல்வது வெறும் சம்பிரதாயமாகி விடும். புத்தகங்கள் கிடைத்தால்தானே அதைப் படிப்பார்கள்? அது கடந்த இரண்டு ஆண்டுகளில் நடந்தது. ஏராளமான வாசகர்கள் "உங்கள் நூல்கள் என் வாழ்க்கையை மாற்றின" என்று சொன்னார்கள். பல வாசகர்கள் "சாருவுக்கு முன், சாருவுக்குப் பின்" என்று ஆனதாகக் குறிப்பிட்டார்கள். ஒரு வாசகர் என் பாதம் தொட்டு வணங்கினார். அவர் வயது ஐம்பது இருக்கும். நீங்கள் என்ன செய்கிறீர்கள் என்று கேட்டேன். இருதய அறுவை சிகிச்சை மருத்துவர் என்றார். எத்தனையோ

பேரின் உயிரைக் காப்பாற்றும் பணியில் இருப்பவர். அவர் சொன்னார், "உங்கள் எழுத்து என் வாழ்வை மாற்றி விட்டது" என்று. இதேபோல், இதே வயதுள்ள வேறொரு மனிதர் செய்தார். அவர் ஒரு வக்கீல். இதே வார்த்தைகளைத்தான் சொன்னார்.

பாதம் பணிவதைப் பற்றி நான் ஏற்கனவே குறிப்பிட்டிருக்கிறேன். இதெல்லாம் காசுக்காகவோ, ஜால்ரா அடிப்பதற்காகவோ செய்வதல்ல. குரு பக்தி. நான் செய்தேன். எனக்குச் செய்கிறார்கள். ஆனால் ஒவ்வொரு மனிதரும் என் பாதம் பணியும் போது "நம்மிடம் உள்ள ஆசாபாசங்கள் அகல வேண்டும்; நாம் இறைத் தன்மையை நோக்கிச் சென்று கொண்டிருக்கிறோம்" என்ற எண்ணம் வளர்கிறது. பொறுப்பு கூடுகிறது. பணிவு அதிகரிக்கிறது.

ஒருநாள் ஒரு வாசகர் இளைஞர் என் புத்தகங்களில் கையெழுத்து வாங்கிக் கொண்டு என்னோடு புகைப்படம் எடுக்கும் போது அவர் வாய் குழறியது. கைகள் நடுங்கின. அவரால் எதுவுமே பேச இயலவில்லை. பக்கத்திலேயே அவர் மனைவியும் ஆறு வயது மகனும். அந்தப் பெண், "சாரு, உங்களைச் சந்தித்த அதிர்ச்சியிலும் பதற்றத்திலும் அவரால் எதுவும் பேச முடியவில்லை" என்று ஆரவாரமாகச் சிரித்தார். மனைவி அப்படிச் சொன்னதைக் கேட்டு கணவருக்குக் கூச்சம் அதிகமாகி விட்டது. அந்தப் பெண்ணுக்கோ சிரிப்பு அதிகமாகி விட்டது. நான் கொஞ்சம் லகுவாகி, அவரிடம் என்ன வேலை செய்கிறீர்கள் என்றேன். என் எண்ணம் என்னவென்றால், அவர்களின் தோற்றம் அவர்கள் ஸாஃப்ட்வேர் பணியில் இருப்பவர்கள் போல் இருந்தது. அவரால் பதில் சொல்ல இயலவில்லை. அந்த அளவுக்கு இன்ப அதிர்ச்சியில் இருந்தார். அந்தப் பெண்ணே மேலும் சிரித்தபடி, "நாங்கள் இருவருமே கார்டியாக் சர்ஜன்கள்" என்றார். எனக்கு எப்படி இருந்திருக்கும் என்று நீங்களே யோசித்துக் கொள்ளுங்கள்.

பக்கத்தில் அமர்ந்திருந்த அவந்திகா அவர்கள் போன பிறகு சொன்னாள். "இப்படி ஒரு அன்பான, அழகான, இனிமையான

தம்பதியை நான் பார்த்ததே இல்லை; இவர்களிடமிருந்து நான் பல விஷயங்களைக் கற்றுக் கொண்டேன்.” அவர்களின் பெயரை நான் குறிப்பிடலாமா இல்லையா என்று தெரியவில்லை. குறிப்பிட்டால் பல நண்பர்கள் அவர்களைப் பகடி செய்யலாம் என்பதால் அதைத் தவிர்க்கிறேன். ஊரில் எத்தனையோ கார்டியாக் சர்ஜன் ஜோடிகள் இருப்பதால் ஒன்றும் பிரச்சினையில்லை. பெயர் குறிப்பிடுவதில் ஒரு சிக்கல் இருக்கிறது.

அமெரிக்காவில் ஒரு நண்பர் பதினைந்து ஆண்டுகளுக்கு முன்பு எனக்கு ஒரு நூறு டாலர் அனுப்பினார். அவர் வசிப்பது நியூ ஜெர்ஸி. அவர் பெயரைக் குறிப்பிட்டு நன்றி சொல்லி நான் என் தளத்தில் எழுதினேன். மறுநாள் மாலை அவர் எனக்கு ஃபோன் செய்து விட்டார். என் ப்ளாகைப் படித்து நியூ ஜெர்ஸியில் உள்ள ஆன்மீக சமாஜங்கள், கோவில் நிர்வாகிகள் அனைவரும் ’சாருவுக்கு நூறு டாலர் என்றால், எங்களுடைய சத்காரியங்களுக்கும் நூறு நூறு டாலர் கொடுங்கள்’ என்று சொல்லி வரிசை கட்டி அவர் வீட்டுக்கு வந்து விட்டார்களாம். அதிலிருந்துதான் பெயரைக் குறிப்பிடுவதில் அதிகவனம் கொள்ள ஆரம்பித்தேன்.

இந்தப் புத்தக விழா இப்படி எத்தனையோ சம்பவங்களை எனக்குக் காண்பித்தது. தினந்தோறும் நண்பர் பிரபு என்னை என் வீட்டுக்கு வந்து புத்தக விழாவுக்கு அழைத்துச் சென்று, ஐந்து மணி நேரம் ஸீரோ டிகிரி அரங்கில் காத்திருந்து என்னை ஒன்பது மணிக்கு மீண்டும் வீட்டுக்கு அழைத்து வந்து விட்டுக் கொண்டிருந்தார். ஐந்து மணி நேரம் அவர் என்ன செய்தார்? எனக்குத் தேவையான ஜூஸ் போன்ற விஷயங்களை வாங்கிக் கொண்டு வந்து கொடுப்பது தவிர வேறு ஒன்றுமே இல்லை. வெறுமனே காத்திருந்ததுதான்.

மற்றொரு நண்பர் பாக்யராஜ். அவரும் பல நாட்கள் வருவார். ஐந்திலிருந்து ஒன்பது மணி வரை வெறுமனே என் அருகில் அமர்ந்திருப்பார். எனக்கு என்ன தேவை என்று கேட்டுக் கொண்டே இருப்பார். நான்கு மணி நேரம். வினித் என்ற

நண்பரும் இப்படியே. என் பக்கத்தில் நின்றபடியே நான்கு மணி நேரம். இத்தனைக்கும் அவர் காலில் அடி வேறு பட்டிருந்தது. உட்காருங்கள் என்றால் ம்ஹூம். ஒரு வார்த்தை பேசவில்லை. வெறுமனே என்னைப் பார்த்துக் கொண்டிருப்பார். சென்ற ஆண்டு வினித்தை நீங்கள் அதிகம் பேசுகிறீர்கள் என்று சொல்லி விட்டேன். அதிலிருந்து அவர் அநாவசியமாக வாயே திறப்பதில்லை.

இன்னும் எத்தனையோ கதைகள். சொல்வேன். இவர்கள் அனைவருக்கும் என் எழுத்தால் சேவை செய்வேன்.

19.1.2020

14. கேள்வியும் பதிலும்...

எதிர்க் கருத்து, விமர்சனம் என்று சொன்னேன் அல்லவா? செல்வகுமார் கணேசன் சாரு மீது நியாயமான விமர்சனம் வைத்தார். ப்யூகோவ்ஸ்கி எனக்கு குமாஸ்தா அல்லது ஆஃபீஸ் பாய் போல என்று சாரு சொல்கிறார். நல்லது... ஆனால் அராத்து, அய்யநார் விஸ்வநாத்தை எல்லாம் உலக ரேஞ்சிக்கு புகழ்கிறாரே, அதை நான் எப்படி எடுத்துக் கொள்வது?

அராத்து, அய்யனார் எல்லாம் ப்யூகோவ்ஸ்க்கியை விட பெரிய ஆளுங்களா?

★★★

மேலே உள்ளதை பதிவு செய்திருப்பவர் அராத்து. கேள்வி கேட்டவர் செல்வகுமார்.

கேள்விக்குள் செல்வதற்கு முன்னால் சில விஷயங்கள். சாரு வாசகர் வட்டம் முன்பெல்லாம் மாதம் ஒருமுறை கூடும். எங்காவது கடற்கரைப் பகுதியில் (அநேகமாக மகாபலிபுரம்) அல்லது மலைப் பிரதேசத்தில். ஊட்டி, கொடைக்கானல், சிறுமலை, ஏற்காடு என்று பல இடங்கள் ஞாபகம் வருகிறது. ஆனால் கடந்த நாலைந்து ஆண்டுகளாகக் கூடுவதில்லை.

ஆண்டுக்கு ஒருமுறை சீனியின் புத்தக வெளியீடு மேற்கண்ட இடங்களில் நடக்கும் போது நானும் அதில் கலந்து கொள்வதோடு சரி. ஆனால் அந்தப் புத்தக வெளியீட்டுக் கூட்டங்கள் நம் வாசகர் வட்ட அமர்வுகளைப் போல் இருப்பதில்லை. வாசகர் வட்டச் சந்திப்புகள் என்பவை எப்போதும் தேர்ந்தெடுத்த நண்பர்களை மட்டுமே கொண்டவையாக இருக்கும். அதில் நான் மாலை ஏழு மணியிலிருந்து காலை ஐந்து வரை அவர்களோடு உரையாடுவேன். மதுரையில் அந்தப் புராதனமான லாட்ஜில் இரவு முழுவதும் பகல் முழுதும் பேசிக் கொண்டிருந்தோம். ஓரிரு முறை நேசமித்ரனும் கலந்து கொண்டிருக்கிறார்.

இனிமேல் இரண்டு மாதங்களுக்கு ஒரு முறையேனும் நாம் அப்படிக் கூடலாம் என்று முடிவு செய்திருக்கிறோம். இங்கே 'ஓம்' என்று முடித்திருப்பது சந்நிதான தொனியில் அல்ல; இரண்டு மூன்று நண்பர்களாகச் சேர்ந்து முடிவு செய்தோம். இதை ஏன் இந்த சந்தர்ப்பத்தில் சொல்கிறேன் என்றால், செல்வாவின் மேற்கண்ட கேள்வி இது போன்ற பொதுவெளியில் ஒற்றைக் கேள்வி ஒற்றை பதிலாக எழுதித் தீர்க்கப்படும் விஷயம் அல்ல. அந்தக் கேள்வி நம்முடைய வாசகர் வட்டத்தில் வைக்கப்பட்டு பொதுவாக விவாதிக்கப்படும் தகுதி கொண்டது. உங்களுக்கே தெரியும், நான் தேவதச்சனையோ நேசமித்ரனையோ போன்றவன் அல்ல. நான் ஒரு கருத்தை விவாதத்தின் மூலமாகவோ, உரையாடலின் மூலமாகவோதான் சென்றடைவேன். அப்படிச் சென்றடைவதற்கு, அந்தப் பயணத்திற்கு நான் படித்த படிப்பும், என்னோடு கூட இருக்கும் நண்பர்களின் கேள்விகளும் அவதானங்களும் உறுதுணையாக இருக்கும். நான் எந்தக் காலத்திலும் பிரசங்கம் செய்வதில்லை. இதனால் பிரசங்கம் செய்வதை மரியாதைக் குறைவாகக் கருதுபவனும் அல்ல. மனித இனம் காட்டுமிராண்டிகளாக வாழ்ந்து கொண்டிருந்த போது ஒருவனுக்கு "ஒரு கன்னத்தில் அடித்தால் மறு கன்னத்தையும் காட்டு" என்று தோன்றி விட்டதென்றால், அவன் மலை உச்சியில் நின்று பிரசங்கம் செய்தே ஆக வேண்டியவனாகிறான். ஆனால் நான் பின்நவீனத்துவ மனிதன். என்னை உங்களுடைய கேள்விகளும் விவாதங்களும் உரையாடல்களும் இவற்றின் கூடச்

சேர்ந்து என் படிப்பும்தான் உருவாக்குக்கின்றன. அப்படிப் பார்த்தால் செல்வாவின் மேற்கண்ட கேள்வி இது போன்ற இடங்களில் (ஃபேஸ்புக்) ஒற்றைக் கேள்வி ஒற்றை பதிலாகச் சொல்லக் கூடியது அல்ல.

இந்தக் கேள்வியை நம் வாசகர் வட்டத்தில் கேட்டிருந்தால் எடுத்த எடுப்பில் "இது ஒரு தப்பான கேள்வி" என்று சொல்லியிருப்பேன். எப்படி? நான் அடிக்கடி சொல்லும் ஒரு உதாரணம்தான் இங்கே கை கொடுக்கும். இயற்பியலில் வரும் ம்யூ என்ற கோட்பாடு என்ன சொல்கிறது? ஆம் அல்லது இல்லை என்பதற்கு அப்பாற்பட்ட ஒரு நிலை ம்யூ. ஜென் பௌத்தத்திலும் இது வரும். நீங்கள் கேள்வியையே தப்பாகக் கேட்டால் பதில் ஆமாமும் இல்லை; இல்லையும் இல்லை. பிறகு? ம்யூ. ஒரு உதாரணம். குடித்து விட்டு வந்து உன்னை அடித்துக் கொண்டிருந்த உன் கணவன் இப்போது அடிப்பதை நிறுத்தி விட்டானா?

இதுவும் ஒரு கேள்விதானே? இல்லை. இது ஒரு பதில். இது ஒரு ஸ்டேட்மெண்ட். இந்தக் கேள்விக்கு நீங்கள் எப்படி ஆமாம் என்றோ இல்லை என்றோ பதில் சொல்ல முடியும். ஆமாம் என்றால் இதுவரை அடித்தான் என்று ஆகிறது. இல்லை என்றால் இன்னமும் அடிக்கிறான் என்று ஆகிறது. அவன் அடித்ததே இல்லை. அதனால் ம்யூ. இப்படித்தான் செல்வாவின் கேள்வியும். இரண்டு வெவ்வேறான இடங்கள். இரண்டு வெவ்வேறான ஆட்கள். இரண்டு வெவ்வேறான சூழ்நிலைகள். ப்யூக் சுமாராக நாற்பது ஆண்டுகள் எழுதியவன். நீங்கள் குறிப்பிடும் நண்பர்களின் வயதே அவ்வளவுதான் இருக்கும். இப்போதுதான் அவர்கள் எழுதவே ஆரம்பித்திருக்கிறார்கள். மூன்று நாவல் வந்திருந்தாலும் நான் அப்படித்தான் சொல்வேன். இந்த இடம் அப்படி. இந்தச் சூழல் அப்படி. இந்தக் கேள்வி அப்படி. ஆக, நாற்பது ஆண்டுகள் எழுதியவனையும் நாற்பது வயது ஆனவர்களையும் ஒப்பிடுவதே தவறு.

மேலும், இப்போது சொல்லப் போவது மிக முக்கியமானது. ப்யூக் உலக அளவில் கொண்டாடப்படும் ஒரு இலக்கியக் கடவுள்.

அவனுக்கென்று தனிப்பட்ட அமைப்புகள் உள்ளன. அது ஒரு *cult.* ப்யூக் எழுதியதெல்லாமே இலக்கியம். அவன் எழுதிய ஒரு மளிகைக்கடை ரசீது கூட பொக்கிஷம். இப்படிப்பட்ட ஒருவனையும் இலக்கியவாதி என்றே ஒப்புக்கொள்ளப்படாத இனிமேலும் எந்தக் காலத்திலும் அதற்கான சாத்தியமே நிகழாத, சொல்லப் போனால் இலக்கிய விரோதி என்று கருதப்பட்டுக் கொண்டிருக்கும் அராத்துவையும் நாம் ஒப்பிடலாமா? அய்யனார் இந்த இடத்துக்கு வர மாட்டார். அவருடைய எழுத்து வேறு. அவர் நிச்சயம் கொண்டாடப்படுவார். அதில் சந்தேகமே இல்லை. ஆனால் அராத்துவைக் கொண்டாடுபவர்கள் எ-ப்-போ-து-மே இலக்கியத்துக்கு வெளியே இருக்கும் ஆட்கள்தான். இலக்கியவாதிகள் அவரை ஒருபோதும் அங்கீகரிக்க மாட்டார்கள். அதைப் பற்றிய கவலையும் அவருக்கு இல்லை. சொல்லப் போனால், இலக்கியவாதிகள் அவரைக் கொண்டாடாவிட்டால்தான் அவருக்கு மகிழ்ச்சியே. மேலும், தமிழ்நாடு போன்ற ஒரு ஃபிலிஸ்டைன் சமூகத்தில் அவரைக் கொண்டாடினால் என்ன, கொண்டாடாவிட்டால் என்ன? ஆ-னா-ல் அவருடைய வாசகர்கள் அவரை ஒரு ராக் ஸ்டாரைப் போல் கொண்டாடுகிறார்கள். அவருடைய நாவல் ஆயிரக்கணக்கில் விற்கிறது என்பதே அதற்கு சாட்சி.

இப்போது செல்வாவின் கேள்விக்கு வருவோம். அதற்கு என் நேரடியான பதில்: சார்ல்ஸ் ப்யூகோவ்ஸ்கி உருவாக்கியது ஒரு *literary canon.* அதையும் அராத்துவையும் ஒப்பிட இயலாது. இன்னும் நாற்பது ஆண்டுகள் போனால் ஒப்பிடலாம் என்றால் அதுவும் இயலாது. ஏனென்றால், ப்யூக்கையும் விஞ்சி ஒருத்தன் ரெண்டு பேர் முளைப்பான். அப்போது அந்த ஒப்பீடே காலாவதி ஆகி விடும். சரி, இப்போதைக்கு என் பதில்: ஆம், ப்யூக்கின் அஞ்சல் நிலையம் போன்ற நாவல்களை விட அய்யனாரின் ஓரிதழ்ப் பூவும் பொண்டாட்டியும் *better novels.* ஆனாலும் ப்யூக்கின் அடையாளம் அவனுடைய எழுத்து மட்டும் அல்ல; அவனைக் கொண்டாடுபவர்கள் அவனுடைய எழுத்துக்காக மட்டும் கொண்டாடவில்லை. ப்யூக்கின் வாழ்க்கையை வேறு எந்த மனிதனும் வாழ்ந்ததில்லை.

ப்யூக்கின் வாழ்க்கையை எட்டிப் பார்ப்பதற்குக் கூட எனக்கும் அய்யனாருக்கும் தகுதி இல்லை. அராத்து ஓரளவு எட்டிப் பார்க்கலாம். ப்யூக்கின் வாழ்க்கை பேய் பிசாசுகளின் வாழ்க்கை. ப்யூக்கைப் போல் வாழ்ந்தவர்கள் யாருமே இல்லை. அவன் ஒருத்தன்தான். அப்படி என்ன வாழ்ந்து விட்டான் என்று கேட்கிறீர்களா? அறுபத்தைந்து வயதில் அவன் உடம்பில் ஒரு பிரச்சினை வந்தது.

ப்யூக் ஒரு பெருங்குடிகாரன். இன்னும் ஒரு பெக் போட்டால் செத்து விடுவாய் என்றார் டாக்டர். ஓ, அப்படியா என்று சொல்லி விட்டு இன்னும் இன்னும் குடித்தான் ப்யூக். அதற்குப் பிறகும் ஒரு பத்தாண்டுகள் வாழ்ந்தான். குடித்துக் கொண்டே. இன்னும் சொல்ல வேண்டுமானால், ஒரு வாசகர் வட்டம் கூட்டம் போடுங்கள், சொல்கிறேன். அல்லது, ஊரின் மிக அழகான பெண் என்று ப்யூக் ஒரு சிறுகதை எழுதியிருக்கிறான். அதே தலைப்பில் அமைந்த என் தொகுதி இன்னும் இரண்டு வாரங்களில் உங்கள் கைகளில் கிடைக்கும். அந்தக் கதையைப் படித்துப் பாருங்கள். ப்யூக் எழுதியது எதுவுமே புனைவு அல்ல. எல்லாமே அவன் கதை. ஊரின் மிக அழகான பெண்ணும்தான். சந்திப்போம்.

20.1.2020

15. எஸ்ஸெண்டெம் க்ளப்

ஊரெல்லாம் சொல்கிறதே, படித்து விடலாம் என்று அந்தப் புத்தகத்தை வாங்கித் தரச் சொல்லி குமரேசனிடம் சொன்னேன். வாங்கிக் கொடுத்தார். முதல் பக்கத்தை ஆசையுடன் புரட்டினேன். மேற்கத்திய நாடுகளில் ஒரு வகை க்ளப் இருக்கிறது. அதில் பணம் கட்டிச் சேர்ந்து கொண்டால் நம்மை ஒரு தூணில் கட்டி வைத்து சாட்டையால் அடிப்பார்கள். கன்னத்தில் அறைவார்கள். ஊசியால் உடம்பு பூராவும் குத்துவார்கள். இன்னும் பலவித ஆக்கினைகள் செய்வார்கள். இதற்கெல்லாம் நாம் காசு கொடுக்க வேண்டும். ஏதோ எஸ்ஸெண்டெம் கிளப் என்று சொல்கிறார்கள். நம்மூரில் அந்த எஸ்ஸெண்டெம் க்ளப் இம்மாதிரி புத்தகங்களாக இயங்குகிறது. அவ்வளவுதான் மேட்டர். ஒரே பக்கத்தில் ரத்த வாந்தி எடுத்து விட்டு, அந்தப் புத்தகத்தை விற்றுத் தரச் சொல்லி ராம்ஜியிடம் குடுத்திருக்கிறேன். *660* ரூ விலையுள்ள அந்த எஸ்ஸெண்டெம் நூலை எஸ்ஸெண்டெம் விஷயங்களில் ஈடுபாடுள்ளவர்கள் ராம்ஜியிடம் ரூபாய் அறுநூறோ அல்லது அதற்கு மேலேயோ குடுத்து பெற்றுக் கொள்ளலாம். அந்தத் தொகையை நான் என் பயணத்துக்குப் பயன்படுத்திக் கொள்வேன். ஏன் இப்படிக்

கஞ்சப் பிசுநாறியாக மாறி விட்டேன் என்றால், பயணம்தான் காரணம். எனக்குக் கிடைக்கும் ஒவ்வொரு நயாபைசாவையும் என் பயணத்துக்குப் பயன்படுத்திக் கொண்டிருக்கிறேன்.

இப்போதெல்லாம் அடிக்கடி என் நண்பர் ஒருவரை நினைத்துப் பார்க்கிறேன். ஹிண்டு பேப்பர் நாற்பது பைசா விற்கும் போது அவர் அந்தப் பேப்பரை வாங்கி மாடி வீட்டு மாமாவிடம் கொடுத்து விடுவார். அவர் அதைப் படித்து விட்டு அன்று மாலை இருபது பைசாவோடு சேர்த்து அந்தப் பேப்பரைத் திருப்பிக் கொடுத்து விடுவார். ஆக இப்போது அந்த பேப்பர் இருபது பைசா. அதை நண்பர் பக்கத்துப் போர்ஷன் மாமாவிடம் கொடுப்பார். அவர் அதைப் படித்து விட்டு பத்து பைசாவோடு பேப்பரைத் திருப்பிக் கொடுப்பார். அப்போது மணி இரவு ஒன்பது மணி. அப்போதே நண்பர் அந்த பேப்பரை எதிர்வீட்டு மாமாவிடம் கொடுத்து ஐந்து பைசா பெற்றுக் கொள்வார். காலையில் கிடைக்கும் அந்தப் பழைய பேப்பரை நண்பர் ஒரு நாள் கழித்துப் படிப்பார். ஐந்து பைசா செலவில். ம்ஹூம். கணக்கில் இன்னும் கொஞ்சம் பாக்கி உள்ளது. அப்போதெல்லாம் ஹிண்டு பேப்பர் செம வெயிட்டாக இருக்கும். பழைய பேப்பரைப் போட்டால் ஒரு பேப்பருக்கு ஐந்து பைசா கிடைத்து விடும். ஆக, நண்பர் இலவசமாகவே ஹிண்டு படித்து விடுவார்.

இப்படியெல்லாம் காசு சேர்த்து அவர் என்ன வீடா கட்டினார்? ம்ஹூம். அவருக்கு ஒரு கொள்கை. கடன் வாங்காமல் வாழ வேண்டும். அவ்வளவுதான். அப்படியே வாழ்ந்தார். எனக்கு ஒரு கொள்கை. பயணம் செய்ய வேண்டும். இப்போது ஒரு பதினைந்து நாடுகள் போய் வந்திருக்கிறேன். டாட்டா சொல்வதற்குள் இதை நூற்றைம்பதாக ஆக்க வேண்டும். பயண எழுத்தாளர் என்று பெயர் வாங்க வேண்டாம். பிறகு? அதை அப்புறம் சொல்கிறேன்.

ஸீரோ டிகிரி அரங்கில் மாலை நாலரையிலிருந்து இரவு ஒன்பதரை வரை இருப்பேன். கோவில்பட்டி கடலை மிட்டாய், எலந்த வடை எல்லாம் கிடைத்து விட்டது. ஸீரோ டிகிரி

அரங்குக்குப் பக்கத்தில் ஒரு கிராமீயப் பொருள் விற்பனை நிலையம் உள்ளது. அங்கே கோங்குரா சட்னி கிடைக்கிறது. நேற்று விலை கேட்டேன். ஒரு பாட்டில் *300* ரூ. நான் என்னதான் மைலாப்பூர்க்காரனாக மதம் மாறினாலும் இன்னமும் என் தெலுங்குத் தொடர்பை விட முடியவில்லை. காரம் என்றால் உயிர். அதிலும் கோங்குராவுக்காக ஏங்குகிறேன். கொஞ்சம் எடுத்து வாயில் போட்டேன். மைலாப்பூர்க்காரர்களால் தொடக் கூட முடியாது. அவ்வளவு காரம். ஆனால் செம ருசி. முடிந்தவர்கள் யாரேனும் அந்த கோங்குரா சட்னியை வாங்கிக் கொடுத்தால் என் பாக்கெட்டில் உள்ள *300* ரூபாயை என் பயணப் பணத்தில் சேர்த்து விடுவேன். ஃபெப்ருவரியில் ஒரு நீண்ட சாகசப் பயணம் என்று சொல்லலாம். வீசாவுக்காகக் காத்திருக்கிறேன். இன்ஷா அல்லாஹ்!

21.1.2020

16. ரஜினியும் சுவாமியும்

நான் மோடி ஆதரவாளன் அல்ல; மனித சுதந்திரம் பற்றிக் கவலைப்படும் யாருமே இன்றைய நிலையில் மோடி ஆதரவாளராக இருக்க முடியாது. அவர் மூலம் இந்தியாவில் இந்துத்துவ ஃபாஸிஸம் மக்கள் மனதில் வளர்ந்து கொண்டிருக்கிறது என்பதே என் நிலைப்பாடு. எனவே நான் மோடியை எதிர்க்கிறேன். மோடியை விட ஊழல் காங்கிரஸ் தேவலை. ஏனென்றால், ஃபாஸிஸத்தை விட ஊழல் பரவாயில்லை.

ஆனால், இப்படி ஒரு நிலைப்பாட்டில் இருப்பதாலேயே மோடியின் செயல்பாடுகள் அனைத்தையும் விமர்சித்துக் கொண்டிருக்க மாட்டேன். காஷ்மீரின் விசேஷ அந்தஸ்தை நீக்கியது சரிதான். மோடிக்கு முன்னாலேயே பல ஆண்டுகளாக நான் அப்படித்தான் எழுதிக்கொண்டிருக்கிறேன். அதேபோல், குடியுரிமைச் சட்ட விஷயத்திலும் என் கருத்து மோடிக்கு ஆதரவானதுதான். ஆனாலும் எதுவும் எழுதவில்லை. ஏனென்றால், நான் எழுதினால் அது இந்துத்துவ ஆதரவாக எடுத்துக் கொள்ளப்படும். அதனால் எதுவுமே எழுதாமல் இருந்தேன். குடியுரிமைச் சட்டத்தில் *detention centre* என்ற பகுதி மட்டுமே ஆட்சேபணைக்குரியது. மற்றபடி எல்லா நாடுகளிலும்

உள்ளதுதான் அந்தச் சட்டம். இந்தியா என்ற நிலைப்பகுதி ஒன்றும் புறம்போக்கு நிலம் அல்ல; கண்டவர்களும் வந்து பட்டா போடுவதற்கு.

ஆக, என் நிலைப்பாடு என்பது *issue based* ஆகவே இருக்கும். இந்தப் பின்னணியில் ரஜினியின் இப்போதைய பேச்சைப் பார்ப்போம். சேலத்தில் 1971இல் பெரியார் தலைமையில் நடந்த மூட நம்பிக்கை ஒழிப்பு மாநாட்டில் இந்துக் கடவுள்களின் உருவங்கள் நிர்வாணமாகக் காட்டப்பட்டதாகவும் ராமன் படத்தை பெரியார் செருப்பால் அடித்ததாகவும், அந்தச் செய்தியை துக்ளக் துணிச்சலுடன் வெளியிட்டதாகவும் துக்ளக் ஆண்டு விழாக் கூட்டத்தில் பேசியிருக்கிறார் ரஜினி. பிறகு அதற்கு எதிர்ப்பு வந்ததும் ”நான் மன்னிப்புக் கேட்க மாட்டேன்” என்று கூறிய ரஜினி, இப்போது அந்தச் செய்தி அவுட்லுக் பத்திரிகையில் வெளிவந்தது என்று சொல்கிறார்.

ரஜினி சொன்னது போல் அவுட்லுக் இதழ் இந்து குழுமத்தைச் சேர்ந்தது அல்ல. சுப்ரமணியம் சுவாமி ஃபோனில் பேசும் போது ரஜினி காகிதத்தை வைத்து குறிப்பு எடுத்துக் கொண்டு பேசுவது நல்லது. இல்லாவிட்டால் இப்படித்தான் உளற வேண்டியிருக்கும். மேலும், இந்துக் கடவுள்கள் யாரும் பெரியார் தலைமையில் நடந்த ஊர்வலத்தில் நிர்வாணமாகக் காட்டப்படவில்லை. இதை துக்ளக் பத்திரிகையே மறுத்துள்ளது. குறிப்பிட்ட படத்தில் ராமர் செருப்பு மாலையுடன்தான் காணப்படுகிறாரே தவிர நிர்வாணமாக அல்ல. மேலும், அந்தப் படத்தில் சீதையும் இல்லை.

இதை விட முக்கியமான விஷயம் என்னவென்றால், 1971–இல் நடந்த விஷயத்தை இப்போது ரஜினி சொல்வதற்குக் காரணம் என்ன? யார் இப்படி ரஜினியைப் பேசச் சொன்னது? 46 ஆண்டுகளுக்கு முன் நடந்த ஒரு சம்பவத்தைக் கண்ணும் காதும் வைத்து இப்போது பேச வேண்டியதன் அவசியம் என்ன? சரி, அப்படியானால் 40 ஆண்டுகளுக்கு முன் ரஜினி கொடுத்த பேட்டிகளைப் பற்றி இப்போது பேசுவோமா? நான் தினமும் பெண்களோடுதான் படுக்கிறேன். ரஜினி பேட்டி.

ஒரு பிரபலமான பத்திரிகையில் வந்தது. நான் கொஞ்சம் நாசுக்காக இங்கே எழுதியிருக்கிறேன். எனவே சுப்ரமணியம் சுவாமி தன்னிடம் சொல்லி வெளியே சொல்லச் சொல்லும் விஷயங்களை அவரையே சொல்லச் சொல்லுங்கள் ரஜினி. நீங்கள் அதையெல்லாம் நோட்ஸ் எடுக்காமல் பேசினால் ரொம்பக் குழப்பமாகி விடும். கொள்கை என்றாலே நமக்குத் தலையைச் சுற்றுகிறது ரஜினி. நமக்கு எதற்கு இந்த ஹிஸ்ட்ரி ஜியாகரஃபி எல்லாம்? என்ன சரியா?

22.1.2020.

17. ஒன்று

சாரு,

புத்தக விழாவில் உங்களிடம் பேச முடிந்தது மிகவும் மகிழ்ச்சியான விஷயம். உங்கள் எழுத்து மூலமாக மட்டுமே உங்களை அறிந்த எனக்கு இது ஒருவகையில் அதிர்ச்சியும் கூட. மன்னிக்கவும், இவ்வளவு சாதுவாக நீங்கள் பேசுவீர்கள் என்று நினைத்துக் கூட பார்க்கவில்லை.

உங்களுக்கு முன் நானெல்லாம் ஒரு பூச்சி. எனினும் நான் பேசியதையும் கவனமாகக் கேட்டு பதில் கூறியது எல்லாம் கனவில் நடந்தது போல இருக்கிறது.

இரண்டாம் நாளும் வேறு ஒரு புத்தகத்தில் கையெழுத்து கேட்கும் போது, "நேத்து நாம பேசுனோம்ல" என்று கேட்டு மேலும் அதிர்ச்சி கொடுத்தீர்கள். உங்கள் எழுத்துக்கு மட்டுமில்லாமல் கையெழுத்துக்கும் ரசிகனாகி விட்டேன். குறிப்பாக, தேதி எழுதும் போது அம்புக் குறி ^ மாதிரி போடும் அந்த 1 மிகவும் செக்ஸி.

கவர்ச்சியான ஆண்கள் என சிலரை நினைப்பேன். ஃபஹத் ஃபாசில் போல. இப்போது நீங்களும். So manly.

கலக்குங்க சாரு.

அன்புடன்,
மூர்த்திஜி, பெங்களூரு.
அன்புள்ள மூர்த்திஜி,

பெண்களிடம் மட்டும்தான் பேசுகிறேன் என்று சிலர் சொல்வார்கள். அது தப்பு. எல்லோரிடமும் பேசுவேன். நான் போடும் 1 என்ற எண்ணை ஓவியம் போல் வரையும் முறையை ஒரு அழகான ஸ்வீடன் தேசத்துப் பெண்ணிடமிருந்து கற்றுக் கொண்டேன். 2001 டிசம்பர். பாரிஸில் உள்ள ஸ்வீடிஷ் தூதரகத்தில் ஸ்வீடன் செல்வதற்கு வீசா வாங்குவதற்காக நடுக்கும் குளிரில் காலை ஏழரை மணிக்குச் சென்றேன். ஒரு தேவலோகத்து மங்கை ஏன் ஸ்வீடன் செல்கிறீர்கள் என்று கேட்க, வாழ்நாளில் ஒரு முறையாவது சில்ஸ் மரியா பார்க்க வேண்டும் என்று சொல்ல, அவள் ஏன் என்று கேட்க, நான் நீட்ஷே வாழ்ந்த ஊர் ஆயிற்றே என்றேன். எழுந்து நின்று விட்டாள். அந்த ஊர் பற்றிப் பல விபரங்கள் சொன்னாள். வீசா எழுதும் போது அவள் போட்ட ஒன்றைப் பார்த்து ரசித்து அவள் ஞாபகமாக அதேபோல் போட ஆரம்பித்தேன். அநேகமாக ஐரோப்பியர் அனைவரும் அப்படித்தான் போடுகிறார்கள். ஆனால் அவள் இன்னும் கொஞ்சம் கூர்மை.

உங்கள் பாராட்டு வார்த்தைகளுக்கு நன்றி...

அன்புடன்,
சாரு.

23.1.2020.

18. என்னென்ன நூல்கள் வேண்டும்?

அன்புள்ள சாரு,

உங்கள் பதிவு பார்த்தேன். என்ன புத்தகங்கள் வேண்டும் சாரு? யாருக்கு அனுப்பினால் உங்களுக்கு உடனே கிடைக்கும்?

அன்புடன்,

நான் கடந்த நான்கு ஆண்டுகளாக லண்டனிலிருந்து வெளிவரும் *ArtReview Asia* என்ற பத்திரிகையில் *Notes from Madras* என்ற தலைப்பில் ஒரு தொடர் எழுதி வருகிறேன். அது ஓவியத்திற்காகவே வரும் ஒரு காலாண்டுப் பத்திரிகை. அதன் ஆசிரியர் மார்க் ரேப்போல்ட் *(Mark Rappolt)* எனக்கு எழுதிய முதல் கடிதத்தில் தன் பத்திரிகையில் ஒரு தொடர் எழுதும்படி கேட்டபோது ஓவியம் பற்றி எனக்கு எதுவுமே தெரியாதே என்று பதில் எழுதினேன். வேண்டாம், பொதுவாக எழுதுங்கள் என்றார் மார்க். அரைப் பக்கம் எனக்குக் கொடுக்கப்பட்ட அளவு. நான் ஆர்ட் ரெவ்யூ ஏஷியாவில்

இரண்டு பக்கம் வரும் அளவு எழுதி அனுப்பி இதில் ஏதாவது ஒரு அரைப் பக்கத்தை எடுத்துக் கொள்ளுங்கள் என்றேன். வெட்ட வேண்டாம், முழுசாகவே போட்டு விடுகிறோம் என்று சொல்லி, அதிலிருந்து அவர்கள் என்னை இரண்டு பக்கமே எழுதத் தூண்டினார்கள். அந்தப் பத்திரிகையின் ஒட்டு மொத்த ஆசிரியர் குழுவும் என் எழுத்து மேல் பைத்தியம்.

மார்ஜினல் மேன் வெளிவந்த உடனேயே மார்க்குக்கு ப்ளூ டார்ட் கொரியர் மூலம் அந்த நாவலை அனுப்பி வைத்தேன். மார்க்குக்கு ஒரு பிரதி. உதவி ஆசிரியர் டேவிட்டுக்கு ஒரு பிரதி. டேவிட் தான் என் கட்டுரைகளை எடிட் செய்பவர். இருவருமே என் கட்டுரைகளின் தீவிர விசிறி. இதில் மார்க் பற்றிக் கொஞ்சம் சொல்ல வேண்டும். அவர் எனக்கு ஆர்ட்ரெவ்யூ ஏஷியாவுக்கு 'பத்தி' கேட்டு எழுதியபோது "என்னை உங்களுக்கு எப்படித் தெரியும்?" என்றே கேட்டு எழுதினேன். லண்டனிலிருந்து வெளிவரும் ஒரு ஓவியப் பத்திரிகை ஆசிரியர் என்னை அவருடைய பத்திரிகைக்கு 'பத்தி' கேட்டு எழுதுவதை என்னால் நம்ப முடியவில்லை. அதற்கு அவர் சொன்னார். சீனாவில் ஒரு ஓவியக் கண்காட்சியின் போது அவரிடம் ஒரு சீன ஓவியர் என்னுடைய ஸீரோ டிகிரி நாவல் பற்றிச் சொல்லி, அதை அவருக்குப் படிக்கவும் கொடுத்தாராம். அந்தச் சமயத்தில் அந்த நாவல் அச்சில் இல்லாமல் யாருக்கும் கிடைக்காமல் இருந்தது. அப்போது மட்டும் அல்ல; பல ஆண்டுகளாகவே அந்த நாவலுக்கு அந்த கதிதான். அப்படிப்பட்ட ஸீரோ டிகிரியை மார்க் சீனாவிலிருந்து லண்டன் வரும் விமானத்திலேயே படித்து மனம் பறி கொடுத்து விட்டதாகவும் அதனால்தான் இப்போது தன் பத்திரிகைக்கு எழுதச் சொல்வதாகவும் எனக்கு எழுதியிருந்தார்.

மார்ஜினல் மேனை மார்க்குக்கு கொரியர் மூலம் அனுப்பியதில் சுமார் 6000 ரூ. எனக்கு செலவாகி விட்டது. நண்பர்கள் திட்டினார்கள். இந்தியாவின் ஸ்பீட் போஸ்ட் மூலம் அனுப்பினால் ஆயிரம் ரூபாய்தான் ஆகும். அதில் அனுப்பியிருக்கலாமே என்பது நண்பர்களின் கருத்து. ஆனால்

மார்ஜினல் மேனை மார்க் உடனடியாகப் பார்க்க வேண்டும்; நேரமிருந்தால் படிக்க வேண்டும் என்று எண்ணினேன்.

ஏனென்றால், நான் என்னைப் பற்றி பெரிய புடுங்கி என்று நினைத்துக் கொண்டிருக்கிறேன்; உலக இலக்கியம் வாசித்திராத என் வாசகர் வட்டத்தினரும் என்னை ஆஹா ஓஹோ என்கிறார்கள். ஆனால் என் சக எழுத்தாளர்களில் பலர் என்னை ஒரு எழுத்தாளன் என்றே ஒப்புக் கொண்டதில்லை. மோசமான எழுத்தாளர் என்று கூட சொல்வதில்லை; எழுத்தாளரே இல்லை என்பதுதான் அவர்கள் கருத்து. சுஜாதா என்னுடைய முதல் நாவல் பற்றி கங்கையின் ஜலத்தில் மஞ்சளாக மிதக்கும் ஒரு வஸ்து என்று கணையாழி கடைசிப் பக்கத்தில் எழுதினார். இத்தனைக்கும் அவர் கர்ட் வனேகட், ஹென்றி மில்லர் போன்றவர்களைப் படித்தவர். ஆங்கிலத்தில் எழுதினால் ஜீனியஸ்; தமிழில் எழுதினால் ஷிட். அசோகமித்திரனை நான் என்னுடைய ஆசான், தந்தை என்றெல்லாம் கொண்டாடிக் கொண்டே இருந்தது அவருக்குக் கடைசி வரை மன உளைச்சலாகவே இருந்தது. அடிக்கடி நேரிலேயே சொல்வார்; ”நீங்க எழுதுறதெல்லாம்...” என்று ரெண்டு வார்த்தை சொல்லி விட்டு “அதெல்லாம் என்னன்னே புரியலை. என்ன சொல்றதுன்னே தெரியலை... ம்ம்ம்...” என்று ஒரு பெருமூச்சு வரும் அவரிடமிருந்து. அவருக்குப் பிடிக்காத விஷயத்தைப் பற்றி முகத்தைச் சுளிப்பார் இல்லையா, அவரைச் சந்தித்த அனைவருக்கும் அந்த முகச் சுளிப்பு தெரிந்திருக்கும், அந்தச் சுளிப்பையும் எனக்குத் தருவார். அதனால் எனக்குள் அவ்வப்போது ஒரு சம்சயம் ஏற்படுவதுண்டு. உண்மையிலேயே நாம், நாம் நினைக்கும் அளவுக்கு ஒரு ஆள்தானா என்று.

சாருவிடம் அழகியல் இல்லை என்று ஒரு குற்றச்சாட்டு. இப்படி நாற்பது ஆண்டுகளாக என்னைக் குறித்து என் மதிப்புக்குரியவர்களும் என் ரசனை உலகுக்கு வெளியே இருப்பவர்களும் தொடர்ந்து சொல்லிக் கொண்டே வந்திருக்கின்றனர். ஆனாலும் உலகமே எதிர்த்துச் சொன்னாலும் உலக இலக்கியத்தைக் கற்றிருந்த எனக்கு நாம் எழுதுவது

ஒரு பெரும் அழகியல் சாதனைதான் என்ற எண்ணம் இருந்தே வந்தது. இதற்கிடையில் நண்பர் கமல்ஹாசனின் நினைப்பும் வந்து விடும். அவரும் உலக இலக்கியம் கற்றவர். அப்படிப்பட்டவர் தன்னுடைய அரைவேக்காட்டு உளறல்களைக் கவிதை என்று நினைத்துக் கொண்டிருக்கிறார். தன்னையும் தன் ரசிகர்கள் கருதுவது போல உலக நாயகன் என்று நினைத்துக் கொண்டிருக்கிறார். அப்படி நாமும் 'நாம் அடிப்படையில் ஒரு நார்ஸிஸிஸ்ட்' என்பதால் அப்படி நினைக்கிறோமோ என்ற சம்சயம் வந்து விடும். சரி, இதை எப்படித்தான் சோதித்துப் பார்ப்பது?

மார்ஜினல் மேன் மொழிபெயர்ப்பு முடிந்த கையோடு என் எழுத்து உலகத்துக்கு சம்பந்தமே இல்லாத ஆலன் ஸீலியிடம் கொடுக்கலாம் என்று முடிவு செய்தேன். *Allan Sealy*யை உங்களுக்குத் தெரிந்திருக்கும். ஆங்கிலோ இந்திய சமூகத்தைச் சேர்ந்தவர். அவரை நான் முதன்முதலில் *Almost Island* கருத்தரங்கில் சந்தித்த போது ஸீரோ டிகிரியைப் படித்திருந்தார் என்று தெரிந்தது. மிகவும் மரியாதையுடன் பேசினார். அந்தச் சந்திப்புக்குப் பிறகு என் நெருங்கிய நண்பராக ஆனார். சென்னை வரும் போதெல்லாம் சந்திப்பார். நானும் அவருடைய *The Trotter Nama, Hero* ஆகிய இரண்டு நாவல்களையும் படித்து முடித்தேன். ட்ராட்டர் நாமா ஒரு ஆங்கிலோ இந்தியக் குடும்பத்தின் ஏழு தலைமுறைக் கதை. 2000 பக்கங்கள் வரும். கடுகத்தனை எழுத்திலேயே ஆயிரம் பக்கம் வருகிறது. ஹீரோ சின்ன நாவல்தான். நம் எம்ஜியாரை நாயகனாக வைத்து எழுதப்பட்ட நாவல். தமிழில்தான் நம்மை எழுத்தாளனே இல்லை என்கிறார்களே என்று மார்ஜினல் மேன் பிரதியை ஆலனுக்கு அனுப்பினேன். மிகவும் நெருக்கடியான சூழல் அது. ஸீரோ டிகிரி பப்ளிஷிங்கின் முதல் வெளியீடாக வரும் புத்தகங்களில் அதுவும் ஒன்றாக இருந்தது. புத்தகம் வெளிவர ஒரு மாதம் இருக்கும் போது மிகுந்த தயக்கத்துடன் ஆலனுக்கு அனுப்பினேன். அவர் நான் ஸாஃப்ட் காப்பி படிப்பதில்லையே என்றார். உடனே நான் அதை ப்ரிண்ட் அவ்ட் எடுத்து அனுப்பினேன். இதற்கே பத்து

நாள் ஆகி விட்டது. நான் அவரிடம் முன்னுரையெல்லாம் கேட்கவில்லை. நேரம் இருக்கும் போது படித்துப் பாருங்கள் என்று மட்டுமே சொன்னேன். ஒரு வருடம் ஆனாலும் சரி, அவருடைய அபிப்பிராயத்தைக் கேட்க எனக்கு ஆவல். ஏனென்றால், அதைப் படித்திருந்த சில நண்பர்கள் அது பற்றி எதிர்மறையான அபிப்பிராயங்களையே சொல்லியிருந்தனர். அந்த அபிப்பிராயங்கள் இலக்கியரீதியானவை அல்ல என்பதால் அவற்றின் மீது எனக்குக் கொஞ்சம் கூட மரியாதை ஏற்படவில்லை. நாவலை சுருக்க வேண்டும்; நாவல் பெரிதாக இருக்கிறது; தொடர்பில்லாமல் இருக்கிறது; கதை புரியவில்லை என்பது போன்ற அபிப்பிராயங்கள் அவை. ஆங்கிலம் தெரிந்த அற்பப் பதர்கள் என்று அதை ஒதுக்கி விட்டு, ஆலன் ஸீலியின் கருத்துக்காகக் காத்திருந்தேன். அப்படி ஒன்றும் அவர் நட்பு ரீதியாக இலக்கியம் பாராட்டுபவர் அல்ல என்று எனக்குத் தெரியும் என்பதால் நாவலுக்கு அவரிடமிருந்து என்ன எதிர்வினை கிடைக்கும் என்று அறிந்து கொள்ள கொஞ்சம் பதற்றமாகவே காத்திருந்தேன். இரண்டே வாரத்தில் அவர் நாவலைப் படித்து முடித்து எழுதிய கடிதத்தை நாவலுக்கு அணிந்துரையாக வைத்துக் கொள்ளலாமா என்று கேட்டு எழுதி, அவர் அதற்கு ஒப்புதல் அளித்ததும் அதுவே நாவலின் அணிந்துரையாக அமைந்தது.

மார்க்குக்கு நாவல் இரண்டொரு தினங்களிலேயே கிடைத்து விட்டது. அவர் அப்போது இந்தியா கிளம்பிக் கொண்டிருந்தார். நல்லவேளையாக அவர் கிளம்புவதற்கு முன்பே நாவல் கிடைத்து விட்டதால் அதை எடுத்துக் கொண்டே கிளம்பினார் போல. இந்தியாவில் பஞ்சாபிலிருந்து சென்னை வரை அங்குமிங்குமாக அவருக்குப் பயணம். அந்தப் பயணத்திலேயே அத்தனை பெரிய நாவலைப் படித்து விட்டார். படித்துக் கொண்டிருக்கும் போதே “நாவல் எப்படிப் போகிறது?” என்று கேட்டு மெஸேஜ் பண்ணினேன். *Dangerously addictive* என்று பதில் வந்தது. சில தினங்களில் நேரில் சந்தித்தார். அப்போது நாவலைப் படித்து முடித்திருந்தார். நாவல் அவருக்கு வெகுவாகப் பிடித்திருந்தது. நீண்ட நேரம் பேசிக் கொண்டிருந்தோம். மொழிபெயர்ப்பு

எப்படி இருந்தது என்று தெரிந்து கொள்ள ஆசை. கேட்டேன். மொழிபெயர்ப்பு போலவே தெரியவில்லை என்றார். ஒரு மொழிபெயர்ப்பு நூலுக்கு இதை விடப் பெரிய பாராட்டு வேறு உண்டா என்ன? பின்னர், ஆர்ட்ரெவ்யூ ஏஷியாவில் மார்ஜினல் மேன் பற்றி அருமையான மதிப்புரையும் எழுதினார். இதற்கிடையில் ஆர்ட்ரெவ்யூ ஏஷியாவில் என் கட்டுரையின் நீளம் மூன்று பக்கங்களுக்கு நீண்டு விட்டது. அப்படியும் தொடர்ந்து வந்து கொண்டுதான் இருக்கிறது.

பிறகு விவேக் நாராயணன் என்று ஒரு ஆங்கிலக் கவி. அமெரிக்காவில் ஒரு பல்கலைக்கழகத்தில் பேராசிரியர். அவருக்குத் தமிழ் வாசிக்கத் தெரியாது. ஆங்கிலத்தில்தான் தமிழ் இலக்கியம் வாசிப்பார். அவருடைய ஆங்கிலக் கவிதைகள் எனக்குப் புரிவதில்லை. படிக்க மிகவும் கடினமாக இருக்கும். அவருக்குக் கிடைத்த ஆங்கில மொழிபெயர்ப்புகளை வைத்துப் படித்து ஆதவனையும் அசோகமித்திரனையும் மட்டுமே ஏற்றுக் கொள்வார். வேறு யாருடைய உலகத்திலும் உள்ளேயே போக முடியவில்லை என்பார். தமிழிலிருந்து ஆங்கிலத்துக்குப் போகும் பெரும்பான்மையான மொழிபெயர்ப்பெல்லாம் ஆங்கிலமே இல்லை என்பார். ”ஆதவனும் அசோகமித்திரனும் மட்டும்தானா, அப்படியானால் நான்?” என்றேன் ஒருமுறை. அவர் சொன்ன பதிலை என் வாழ்நாள் பூராவும் மறக்க மாட்டேன். ”உங்களை நான் தமிழ் எழுத்தாளர் என்றே நினைக்கவில்லையே?” அவர் மார்ஜினல் மேன் பற்றிச் சொன்னது ரொம்பப் பெரிய வார்த்தை. இங்கே சொல்ல எனக்குக் கூச்சமாக இருக்கிறது.

சரி, இதையெல்லாம் இப்போது இந்தத் தருணத்தில் உங்களுக்கு எழுத என்ன காரணம்? நீங்கள் என் எழுத்தைப் படித்திருக்கிறீர்களா? உங்களுக்குப் பிடிக்குமா? தெரியாது. ஒருவரை முற்றிலும் புறக்கணிப்பது வேறு; ஒருவரின் எழுத்து நமக்குப் பிடிக்காது என்பது வேறு. எனக்கு அலெஹோ கார்ப்பெந்தியரைப் (Alejo Carpentier) பிடிக்கும்; ரொபர்த்தோ பொலான்யோவைப் (Roberto Bolaño) பிடிக்காது; உலகமெல்லாம் கொண்டாடும் ஹாருகி முராகாமியைப் பிடிக்காது. அப்படி

என் எழுத்து உங்களுக்குப் பிடிக்காமலும் போகலாம். அதை நான் எப்போதும் ஏற்றுக் கொள்வேன். ஆனால் நாம் இணையும் இடம், உங்கள் எழுத்து. நீங்கள் எனக்கு மிகப் பிரியமான எழுத்தாளர். இப்போது உங்களைத் தெரியாதவர் இல்லை. ஆனால் ஆரம்பத்திலிருந்தே உங்கள் எழுத்தின் மீது எனக்குப் பெரும் மரியாதையும் ஈடுபாடும் உண்டு. எனவேதான் மேற்கண்ட விஷயங்களை உங்களோடு பகிர்ந்து கொள்ளத் தோன்றியது.

இப்போது மெய்ன் விஷயத்துக்கு வருவோம். எனக்குத் தேவையான புத்தகங்களை வாங்கி அனுப்புவது பற்றி. அப்துல் கலாம் ஜனாதிபதியாக இருந்த போது என்னிடம் "உங்களுக்குத் தேவையான புத்தகங்களைச் சொல்லுங்கள், வாங்கி அனுப்புகிறேன்" என்று சொல்வது போல் இருக்கிறது. புரியவில்லையா? அமெரிக்காவில் ஸாஃப்ட்வேர் துறையில் பணிபுரியும் நூறு நண்பர்கள் எனக்கு உண்டு. ஆனால் பல்கலைக்கழகத்தில் பேராசிரியராக இருப்பவர் நீங்கள் ஒருவர் மட்டுமே. அதனால் நீங்கள் செய்யக் கூடியது புத்தகம் வாங்கி அனுப்புவது அல்ல; நான் அனுப்பும் புத்தகங்களை வாங்கி அங்கே அறிமுகப்படுத்துவது. ஸீரோ டிகிரி வந்த போது நான் ஒரு வேலை செய்தேன். அமெரிக்காவில் வசிக்கும் என் நண்பர்களை ஒவ்வொரு பிரதி வாங்கி அந்தந்த நகர நூலகங்களில் வைக்கச் செய்தேன். ஒரு *Cult* உறுப்பினர்களைப் போல் அதைச் செய்தார்கள். மார்ஜினல் மேனுக்கு அப்படி நான் செய்யவில்லை. வேறு வேலையில் மும்முரமாகி விட்டேன். மீண்டும் ஞாபகப்படுத்துகிறேன். மார்க்குக்கு ஒரு சீன ஓவியர் ஸீரோ டிகிரியை அறிமுகப்படுத்தி, படிக்கச் சொல்லி கொடுத்ததை. அது எப்படி நடக்கும்?

உங்களைப் போல் கல்வித் துறையில் இருப்பவர்கள் மார்ஜினல் மேனை உங்கள் கல்லூரி நூலகங்களில் வைக்க முயற்சி செய்யலாம். அது போதும். கிடைக்க வேண்டியவர்களின் கையில் அதுவாகக் கிடைக்கும். கலாம் ஞாபகம் வருகிறது. உங்களுக்குப் புத்தகம் வாங்கி வருகிறேன் என்று ஜனாதிபதி

சொன்னால் நான் என்ன சொல்வேன் தெரியுமா? புத்தகம் எல்லாம் வேண்டாம் சார், உங்கள் செல்வாக்கைப் பயன்படுத்தி இண்டியா இண்டர்நேஷனல் செண்டரில் எனக்கு ஒரு உறுப்பினர் கார்டு வாங்கிக் கொடுங்கள் என்பேன். அவர் செய்வாரா இல்லையா என்பது வேறு விஷயம். ஆனால் இண்டியா இண்டர்நேஷனல் செண்டரில் உறுப்பினராக இருந்தால் சில அனுகூலங்கள் உள்ளன. தில்லியில் நட்சத்திர விடுதிகளின் அறை வாடகை பத்தாயிரம் ரூபாய் இருக்கலாம். அதே வசதிகளைக் கொண்ட இந்திய சர்வதேச மையத்தின் அறை வாடகை 2000 ரூபாய்தான். உறுப்பினர்களுக்கும் உறுப்பினர்களால் சிபாரிசு செய்யப்படுபவர்களுக்கும் மட்டுமே இந்த வசதி. இப்போது வங்காளிகளின் ஆதிக்கத்தில் இருக்கும் அந்த மையத்தில் ஒரு நூலகம் உள்ளது. உங்களுக்கு Dublin Impac இலக்கிய விருது பற்றித் தெரிந்திருக்கும். அந்த விருது ஒரே ஒரு நாவலுக்கு ஒரு கோடி ரூபாய் பரிசுத் தொகையைத் தருகிறது. அந்த விருதுக்கு உலகில் உள்ள முக்கியமான நூலகங்கள் மட்டுமே பரிந்துரை செய்ய முடியும். ஏனென்றால், டப்ளினில் உள்ள நூலகம்தான் அந்த விருதைத் தருகிறது. அமெரிக்காவிலிருந்து கிட்டத்தட்ட முப்பது நூலகங்கள் பரிந்துரை செய்ய முடியும். ஆனால் இந்தியாவிலிருந்து ஒரே ஒரு நூலகம்தான் அதற்குத் தகுதியானது. அது இண்டியா இண்டர்நேஷனல் செண்டர் நூலகம். அதாவது, விருதுக்குப் பரிந்துரை மட்டுமே செய்யலாம். அதற்கு நம் நூல் அந்த நூலகத்தில் இருக்க வேண்டும் அல்லவா? எப்படி இருக்கும்? நம்மைத்தான் உள்ளேயே நுழைய விட மாட்டேன் என்கிறானே? முழுக்க முழுக்க வங்காளிகள்தான் அந்த நூலகத்தை அடைத்துக் கொண்டிருக்கிறார்கள். அந்த நூலகத்தில் என் நூலை இடம் பெறச் செய்யவெல்லாம் வேண்டாம். சும்மா அந்த மையத்தில் எனக்கு ஒரு உறுப்பினர் அட்டை வாங்கித் தாருங்கள் என்றே கலாமிடம் கேட்பேன்.

அதேதான் உங்களுக்கும். நான் என்ன அவ்வளவு பெரிய ஆளா என்று நீங்கள் கேட்கலாம். அந்தக் கேள்விக்கெல்லாம் பதில் சொல்ல மாட்டேன். அமெரிக்கப்

பல்கலைக்கழகங்களில்தான் இன்று தீவிரமான இலக்கியச் செயல்பாடுகள் நடந்து கொண்டிருக்கின்றன. அரபி இலக்கியம் பற்றித் தெரிய வேண்டுமா? அந்த நூல்களை அமெரிக்கப் பல்கலைக்கழகங்களே பிரசுரம் செய்கின்றன. அமெரிக்க அரசு எப்படி உலகம் பூராவுக்கும் தாதாவாக விளங்குகிறதோ அதற்கு எதிர்மாறாக உலகம் பூராவும் நடக்கும் மாற்றுக் கலாச்சாரச் செயல்பாடுகளுக்கு அமெரிக்கப் பல்கலைக்கழகங்களே களம் அமைத்துக் கொடுப்பதில் ஒரு சிறிதளவாவது முயற்சி எடுத்துக் கொண்டிருக்கின்றன. அதெல்லாம் கூட நமக்கு வேண்டாம். ஸீரோ டிகிரியை *Modern Asian Classic* பாடத்திட்டத்தில் வைத்தது ஒரு அமெரிக்கப் பல்கலைக்கழகம். ஆக, நீங்கள் செய்யக் கூடியது, ஒரு மார்ஜினல் மேன் பிரதியை உங்கள் கல்லூரி/ பல்கலைக்கழக நூலகத்தில் வைக்கப் பரிந்துரை செய்வது. இன்னொரு பிரதியை (இரண்டு பிரதி அனுப்புகிறேன்) *Marc Rappolt* மாதிரி ஒரு ஆளைச் சந்தித்தால் அவரிடம் கொடுப்பது.

செய்வீர்களா?

மிக்க அன்புடன்,
சாரு

26.1.2020

19. M&L

அலெஹாந்த்ரா பிஸார்னிக் *(Alejandra Pizarnik)* பற்றிக் கேள்விப்பட்டிருக்கிறீர்களா? இவரைப் போன்ற ஒரு கவிஞர் உலகில் இல்லை. இவரை ஒப்பிட வேண்டுமானால் யாருடன் ஒப்பிடுவது என்றே தெரியவில்லை. வேறு துறைகளில் வேண்டுமானால் ஒப்பிடலாம். அந்தோனின் ஆர்த்தோ, மார்க்கி தெ சாத் என்று ஒரு சிலர். இவர் ஒரே ஒரு சிறுகதைதான் எழுதியிருக்கிறார் என்று ஞாபகம். அந்தச் சிறுகதையை ரத்த வேட்கை என்ற தலைப்பில் ஊரின் மிக அழகான பெண் என்ற என் மொழிபெயர்ப்புத் தொகுதியில் மொழிபெயர்த்திருக்கிறேன். இப்படி ஒரு கதையை உங்கள் ஆயுட்காலத்தில் படித்திருக்க வாய்ப்பு இல்லை. தற்கொலை செய்து கொண்டு இறந்தவர் பிஸார்னிக். இவருடைய புத்தகங்களைப் பற்றித் தேடிக் கொண்டிருந்த போது தென்பட்டதுதான் ம்யூசிக் அண்ட் லிட்ரேச்சர் என்ற பத்திரிகை. இதற்கு ஆண்டுச் சந்தா செலுத்தலாம் என்று பார்த்தால் தலை சுற்றுகிறது. நான்கு இதழ்களின் சந்தா 65 டாலர். ஆயுட்கால சந்தா 350 டாலர். நான்கு இதழ் சந்தாவை விட ஆயுட்கால சந்தா மலிவாகத் தெரிகிறது. உலகில் அதிகம் பேசப்படாத எழுத்தாளர்களைப் பிரசுரிப்பதே இப்பத்திரிகையின் நோக்கம்.

29.1.2020

20. ஸல்ஃபர், சைக்கோ...

https://en.wikipedia.org/wiki/Sulfur_(magazine)

மேற்கண்ட இணைப்பில் ஸல்ஃபர் என்ற பத்திரிகை பற்றிய விபரங்களைக் காணலாம். அது போன்ற ஒரு பத்திரிகையை என் அனுபவத்தில் வாசித்ததில்லை. என்னை உருவாக்கிய பத்திரிகைகளில் அது ஒன்று. இன்னொன்று, கூபாவிலிருந்து வாராவாரம் வந்து கொண்டிருந்த Granma என்ற டேப்ளாய்ட் பத்திரிகை. ஸல்ஃபர் 1981இலிருந்து 2000 வரை வந்தது. முதலில் ஆண்டுக்கு மூன்று இதழ்கள். பிறகு இரண்டு இதழ்கள். 2000-இல் அதை நடத்துவதற்குப் பணம் இல்லாமல் பத்திரிகை நின்று விட்டது. பல்கலைக்கழகங்களோ அரசு மானியமோ மக்கள் உதவியோ எதுவும் கிடைக்கவில்லை. கலிஃபோர்னியா இன்ஸ்டிட்யூட் ஆஃப் டெக்னாலஜியில் Poet in Residence ஆக இருந்த Clayton Eshleman என்பவரால் நடத்தப்பட்ட பத்திரிகை.

உங்களுக்குப் படிக்கும் ஆர்வம் இருந்தால் அதன் தொகுப்பு நூலை நீங்கள் படித்துப் பார்க்கலாம். அதை என் நண்பர் ஒருவர் மூலம் நான் வாங்கிக் கொண்டு விட்டேன். அந்த நண்பர் ஜெயமோகனின் தீவிர வாசகர் என்பது உபரி தகவல்.

★★★

சைக்கோ making பிடித்திருந்தது. ஆனாலும் போலீஸை அவ்வளவு உபயோகமற்றவர்களாகக் காட்டியதை நம்ப முடியவில்லை. அது

படத்தின் நம்பகத்தன்மையைக் கெடுத்தது. ஒரு மோப்ப நாயும் சிசிடிவியும் கொண்டு ஒன்றரை மணி நேரத்தில் பிடித்திருக்கக் கூடிய கொலையாளியை அவன் பல கொலைகள் செய்யும் வரை போலீஸால் பிடிக்கவே முடியவில்லை. படத்தில் நம்பகத்தன்மை இல்லாவிட்டால் படத்தோடு யாரும் ஒன்ற மாட்டார்கள். படம் படு தோல்வி அடைந்ததற்குக் காரணம் அதுதான். ஆனால் இது பற்றியெல்லாம் நான் எதுவும் எழுத விரும்பவில்லை.

ஆனால் இன்றுதான் சில நண்பர்கள் சொன்னதால் 1999-இல் எடுக்கப்பட்ட *The Bone Collector* படத்தைப் பார்த்தேன். உலகப் புகழ்பெற்ற வணிக சினிமா. அந்தப் படத்தைப் பார்த்து விட்டுத்தான் உங்களுக்கு குட்டை சொல்லத் தோன்றியது. இப்படியா ஒரு உலகப் புகழ்பெற்ற படத்தை அப்படியே கள்ளக்காப்பி அடித்து படம் எடுப்பார்கள்? படத்தின் கதையே போன் கலெக்டர்தானே? கொலையாளி ஏன் கொலை செய்தான் என்பது மட்டும்தான் இரண்டு படத்துக்கும் வித்தியாசப்படுகிறது! மற்றபடி காட்சிகள், காட்சி அமைப்புகள், செட், கொலை செய்யும் முறை, விரலை வெட்டுவது எல்லாமே போன் கலெக்டர்.

அடப் பாவிகளா! இதற்கு மிஷ்கின் எதற்கு ஐயா? இத்தனைக்கும் நீங்கள் உலக இலக்கியம் வாசிப்பவர். தீவிர வாசகர். உலக சினிமாவும் கை விரல்களில். அதனால்தான் விரலை வெட்டும் டெக்னிக்கை எடுத்துக் கொண்டீர்களா? இப்படியெல்லாம் திருடுவதற்கு ஒருவர் வெட்கப்பட வேண்டாமா? நீங்கள் வாசகர்தானே? நான் கார்ஸியா மார்க்கேஸின் நாவலைத் திருடி தமிழில் எழுதி என் பெயரைப் போட்டுக் கொள்ள முடியுமா? அது ஏன் ஐயா படித்தவர்கள் மட்டுமே இப்படி இருக்கிறீர்கள்? வாழ்க்கையில் ஒரு புத்தகம் கூடப் படிக்காத சினிமா இயக்குனர்களெல்லாம் சிவனே என்று ஏதோ காமா சோமா என்று படம் பண்ணிக் கொண்டிருக்கும் போது படித்தவர்கள் மட்டுமே ஏன் இப்படிப்பட்ட திருட்டு வேலையில் இறங்குகிறீர்கள்?

தமிழில் கதையா இல்லை? இத்தனைக்கும் தமிழ் எழுத்தாளர்கள் அத்தனை பேருடனும் மிக நெருங்கிய நட்பு வைத்திருக்கும் இயக்குனர் நீங்கள். அவர்களிடமிருந்து கதை கேட்க என்ன பிரச்சினை? எம்.டி. வாசுதேவன் நாயரின் இருபது கதைகளுக்கு மேல் சினிமாவாக ஆக்கப்பட்டிருக்கிறதே? நீங்கள் திருடியுள்ள *The Bone Collector* படமே ஒரு ஆங்கில த்ரில்லர் நாவலைத்தானே வைத்துப் படமாக்கப்பட்டிருக்கிறது? இல்லாவிட்டால் டைட்டிலில் இது *The Bone Collector* படத்தைத் தழுவி எடுக்கப்பட்டது என்று போட்டு விடலாமே? ஓ, அப்படி ஏதேனும் போட்டு நான்தான் கவனிக்கவில்லையா? அது மட்டுமல்லாமல், சைக்கோ இன்னும் இரண்டு படங்களிலிருந்தும் திருடப்பட்டது என்று நண்பர்கள் சொல்கிறார்கள். *The Blind Detective* மற்றும் *The Memories of Murder* என்பவை அப்படங்கள். ப்ளைட் டிடெக்டிவை ஒரு ஐந்து நிமிடம் பார்த்தேன். முழுசாகப் பார்க்க நேரமில்லை. பார்த்திருந்தால் இந்தக் குறிப்பு இன்னும் கடுமையாக இருந்திருக்கும். ஐந்து நிமிடத்திலேயே சைக்கோவின் ஹீரோ கண் பார்வையில்லாதவராக உருவாக்கப்பட்டிருப்பதன் பின்னணி புரிந்து விட்டது.

நல்ல திறமையும் சிறப்பான வாசிப்பு அனுபவமும் கொண்ட மிஷ்கின் இப்படி சீர்குலைந்து விட்டது உண்மையிலேயே வருத்தம் அளிக்கிறது. மோசமான படம் எடுப்பதில் எந்தத் தவறும் இல்லை. அறம் பிறழக் கூடாது. இன்னொருத்தரின் *intellectual property*யின் மீது கை வைப்பது குழந்தையிடமிருந்து திருடுவதைப் போன்றது. அதனால்தான் இவ்வளவு கோபம் வருகிறது எனக்கு.

குட்பை மிஷ்கின்...

21. பழுப்பு நிறப் பக்கங்கள் பற்றி

எந்த விதத்தில் பழுப்பு நிறப் பக்கங்கள் முக்கியத்துவம் பெறுகிறது என்றால், இப்போது உங்களுக்குக் கிடைக்கும் ந. சிதம்பர சுப்ரமணியன், சி.சு. செல்லப்பா, க.நா.சு., தஞ்சை ப்ரகாஷ் போன்ற மூத்தவர்களின் புத்தகங்கள் எதுவும் பிழை திருத்தம் செய்யப்படாமல் வருகின்றன. சண்டைக்கு வராதீர்கள் பதிப்பக நண்பர்களே, பெரும்பாலான நூல்களைச் சொல்கிறேன். பிழை திருத்தம் செய்பவர்கள் தமிழில் இல்லை. இதுதான் எதார்த்தம். இதைப் பதிப்பகத்தார்தான் செய்ய வேண்டும். தமிழ்ப் பேராசிரியர்களை நியமித்தால் அவர்கள் தி. ஜானகிராமனையும் செல்லப்பாவையும் க.நா.சு.வையும் கொன்று விடுவார்கள். அவர்களுக்கு இலக்கணம் தெரியும்; இலக்கியம் தெரியாது. ஆக, பதிப்பகத்தாரேதான் செய்ய வேண்டும். பதிப்பகத்தாருக்கு வேறு வேலை இல்லையா என்ன? அதனால் பெரும்பாலான நூல்கள் பிழைதிருத்தம் செய்யப்படாமலேயேதான் வருகின்றன. அதைத்தான் நாம் லா.ச.ரா., தி.ஜானகிராமன், சி.சு.செல்லப்பா என்றெல்லாம் வாசிக்க வேண்டிய துர்ப்பாக்கிய நிலையில் இருக்கிறோம்.

ஒரு உதாரணம் சொல்கிறேன். செல்லப்பாவின் சுதந்திர தாகம் நாவலின் முக்கியமான ஊடுபாவு மகாத்மா காந்தி. முதல்

பக்கத்தின் முதல் வரியில் மகாத்மா காண்டு என்று வருகிறது. செல்லப்பாவின் ஆவி துடிதுடித்துப் போயிருக்கும். காந்தி கவலைப்பட மாட்டார். இதை விட பயங்கரத்தையெல்லாம் பார்த்தவர் அவர். எதற்குச் சொல்கிறேன் என்றால், நான் பழுப்பு நிறப் பக்கங்களுக்கு ஆதாரமாகக் கொண்ட நூல்கள் அனைத்தும் 1960களில் செல்லப்பாவே பதிப்பித்தவை. அதேபோல் மற்றவர்கள் விஷயத்திலும் அவரவரின் ஒரிஜினல் புத்தகங்களிலிருந்தே மேற்கோள் காட்டியிருக்கிறேன். மேற்கோள் என்று சொல்லி இத்தனை பக்கங்களை எடுத்துக் கொடுக்கிறீர்களே என்று செல்வகுமார் ஒருமுறை கேட்டார். அப்படிக் கொடுக்காவிட்டால் இப்போது கிடைக்கும் கசாமுசா பிரதிகளையே நீங்கள் செல்லப்பா எழுதியது, தஞ்சை ப்ரகாஷ் எழுதியது என்று நம்பி அர்த்தம் புரியாமல் முழிக்க வேண்டியிருக்கும்.

இதனாலேயே பழுப்பு நிறப் பக்கங்களை இளைய தலைமுறையினர் வாங்க வேண்டியது அவசியமாகிறது.

நேற்று கூட என் நண்பர் ஒருவர் பதின்பருவத்தினருக்கும் சிறார்களுக்கும் நீங்கள் எழுதினால் என்ன? உங்களை நான் இருபத்தைந்து வயதில்தான் வந்து அடைந்தேன். ஆனால் உங்களை ஒருவர் தன்னுடைய பதினைந்து வயதில் அடைய வேண்டும் என்று நினைக்கிறேன் என்று அன்புடனும் ஆதங்கத்துடனும் குறிப்பிட்டார். நான் அவரிடம் சொன்னேன், என் நாவல்களைத் தவிர என்னுடைய எல்லா நூல்களுமே பதின்பருவத்தினருக்கானதுதான். உதாரணமாக, அறம் பொருள் இன்பம், கனவு கேப்பச்சினோ கொஞ்சம் சாட்டிங், வேற்றுலகவாசியின் டயரிக் குறிப்புகள், நாடோடியின் நாட்குறிப்புகள், கடைசிப் பக்கங்கள், கோணல் பக்கங்கள் என்று பலப்பல புத்தகங்களைச் சொல்லலாம். அதிலும் நிலவு தேயாத தேசம், பழுப்பு நிறப் பக்கங்கள் (மூன்று தொகுதிகள்) இரண்டும் பள்ளி மாணவர்களும் படிக்க வேண்டியவை.

நிலவு தேயாத தேசம் பயண நூல் என்பதால் அதற்கு ஓரளவு ஆதரவு இருந்தது. ஆனால் ஆயிரக்கணக்கில் விற்றிருக்க வேண்டிய

பழுப்பு நிறப் பக்கங்களை அதிகம் பேர் வாங்கவில்லை; அதிகம் பேர் வாசிக்கவில்லை. தினமணியில் வாராவாரம் வெளிவந்த தொடர் அது. சமகாலத் தமிழ் இலக்கியத்தின் திறவுகோலாக இருக்கக் கூடிய நூல்கள் அவை. தஞ்சை ப்ரகாஷிலிருந்து எஸ். சம்பத் வரை இதுவரை பேசப்படாத அத்தனை பேர் பற்றிய அறிமுகமும் அதில் உண்டு. இன்று எஸ். சம்பத்தின் இடைவெளி என்ற நாவல் இன்று அவர் எழுதி செப்பனிட்ட வடிவில் புத்தகமாகக் கிடைக்காது. அழகிய சிங்கர் அதைப் பதிப்பித்திருக்கிறார். ஆனால் அது சி. மோகன் எஸ். சம்பத்துடன் சேர்ந்து செப்பனிட்ட வடிவம் அல்ல. இப்போது உங்களுக்குக் கிடைப்பது திருத்தப்படாத, செப்பனிடப்படாத பிரதி. செப்பனிடப்பட்ட பிரதியை க்ரியா பதிப்பகம்தான் இருபத்தைந்து ஆண்டுகளுக்கு முன்பு வெளியிட்டது. இப்போது அதை வெளியிட சம்பத்தின் குடும்பத்தினர் அனுமதி தர மறுக்கின்றனர். அதாவது, நீங்கள் அந்தப் பிரதியை வைத்து எதையாவது செய்து கொள்ளுங்கள்; எங்கள் அனுமதி கேட்காதீர்கள் என்பதே சம்பத்தின் குடும்பத்தினர் தெரிவிப்பது. புதுப்பேட்டை படத்தில் ஹீரோ தன் தகப்பனை உயிரோடு குழி தோண்டிப் புதைப்பான் இல்லையா, அந்த மாதிரி வேலை இது. இப்போது இடைவெளி நாவலையே யாரும் படிக்க முடியாது. நான் ஒரு பதிப்பாளராக இருந்தால் மயிரே போச்சு என்று இடைவெளியை அதன் ஒரிஜினல் வடிவத்தில் பதிப்பிப்பேன். குடும்பத்தினர் வழக்குத் தொடுத்தால் நீதிமன்றத்தில் நீதிபதியிடம் நீதி கேட்பேன். தமிழின் மிக முக்கியமான எழுத்தாளர்களும் விமர்சகர்களும் உலகின் மிகச் சிறந்த நாவல் என்று கொண்டாடும் ஒரு நாவலை வெளியிடாதே என்று சொல்ல அந்த எழுத்தாளனின் குடும்பத்தினருக்கு என்ன உரிமை இருக்கிறது என்று கேட்பேன். ஆம், இடைவெளி உலகின் மிகச் சிறந்த நாவல்களில் ஒன்று. அதற்கு இந்திய மொழிகளிலேயே ஈடு இணை கிடையாது. அந்த நாவலின் ஒரிஜினல் வடிவத்தைப் படித்து அதிக அளவில், பல பக்கங்களில் மேற்கோள் காண்பித்து எழுதியிருக்கிறேன். எல்லாம் பழுப்பு நிறப் பக்கங்களில். ஆகவேதான் அந்த நூலை

கல்லூரிகளும் பள்ளிகளும் தங்கள் நூலகத்தில் வைத்திருக்க வேண்டும். அது நடக்கவில்லை. ஏதாவது மெழுகுவர்த்தி விருது தொடப்பக்கட்டை விருது என்று கொடுத்திருந்தாலாவது நாலு பேருக்குத் தெரிந்திருக்கும். அதுவும் நடக்கவில்லை. அப்படியே கிணற்றில் போட்ட கல்லாகி விட்டது. ஏ, பாவிகளா, அந்த நூலை நான் எழுதவில்லை. சி.சு. செல்லப்பா எழுதினார். க.நா.சு. எழுதினார். கு.ப.ரா. எழுதினார். அவர்களைப் பற்றி நான் எழுதினேன். அப்படியும் யாரும் அசையவில்லை. என் பெயருக்கு அப்பேர்ப்பட்ட தடை!

22. ஏ.ஆர். ரஹ்மான் விரும்பிக் கேட்ட என் பேச்சு

"இதனால்தான் நான் இந்து மதத்தை விரும்புகிறேன்" என்ற *misleading*-ஆன தலைப்பு இருந்ததால்தான் என்னுடைய அந்தப் பேச்சை இதுநாள் வரை உங்களிடம் நான் பகிர்ந்து கொள்ளவில்லை. அந்தப் பேச்சில் நான் வழக்கம்போல் ஸூஃபிகளைப் பற்றியும் இஸ்லாம் பற்றியும் பேசினேன். கூடவே இந்து மதத்தில் உள்ள கருத்துச் சுதந்திரம் பற்றியும் பேசினேன். அதை எடுத்துத் தலைப்பாகப் போட்டு விட்டதால் சற்று குழப்பம். அந்த என்னுடைய பேச்சை சுமார் இரண்டரை லட்சம் பேர் கேட்டிருக்கிறார்கள். அந்தப் பேச்சைக் கேட்டு விட்டுத்தான் ஏ.ஆர். ரஹ்மான் என்னைப் பார்க்க விரும்பினார்.

இதை ஏன் இப்போது இங்கே பகிர்கிறேன் என்றால், இன்று காலை ராகவன் ஒரு விஷயம் சொன்னார். இரண்டு மூன்று ஆண்டுகளுக்கு முன்பு சுஜாதா நினைவு விழாவில் நான் பேசிய பேச்சை நேற்று கேட்டாராம். அழுது விட்டேன் என்று சொன்னார். நான் எப்பேர்ப்பட்டவரோடு பழகிக் கொண்டிருக்கிறேன் என்று இப்போதுதான் தெரிந்தது என்றும் சொன்னார். அதற்கு மேல் பேச்சை மாற்றி விட்டேன்.

அதேபோல் சென்னை புத்தக விழாவில் நான் பேசியதைக் கேட்ட பலரும் என்னைப் பாராட்டு மழையில் திக்குமுக்காடச் செய்து விட்டார்கள். வேறு இதை எப்படிச் சொல்வது என்று எனக்கு உண்மையிலேயே தெரியவில்லை. விமர்சனத்தை எதிர்கொள்வது சுலபமாகவும் பாராட்டை எதிர்கொள்வது தர்மசங்கடமாகவும் இருக்கிறது. அவந்திகாவின் ஆன்மீகச் சந்திப்புகளுக்கு வரும் பெண்கள் கூட என் புத்தக விழா பேச்சைக் கேட்டு அழுது விட்டதாகச் சொன்னார்கள். எனக்கே கொஞ்சம் ஆச்சரியமாகத்தான் இருந்தது. ஓ, நமக்குப் பேசவும் வருகிறதே என்று.

பின்வரும் இணைப்புகளில் மூன்று உரைகள் உள்ளன. வரிசைக் கிரமமாகவும் கேட்கலாம். அது இல்லாமல் தனித்தனியாகவும் கேட்கலாம்.

https://www.youtube.com/watch?v=3OQLPNLWSlA

https://www.youtube.com/watch?v=kA8Z05j8Ve0

23. எனக்குப் பிடித்த புத்தகங்கள்

அந்தோனியோ ஸ்கார்மேத்தா (*Antonio Skarmeta*) என்ற ஒரு சீலே எழுத்தாளர். இவரது *I Dreamt the Snow Was Burning* என்ற நாவல் *1985*-இல் வெளிவந்தது. பதிப்பித்தது *Readers International*. இந்த நாவலின் கதையோட்டத்தினூடேயே கால்பந்தாட்ட வர்ணனையும் வருகிறது. இந்த நாவலைப் படித்து முப்பத்தைந்து ஆண்டுகள் ஆகின்றன. ஆனாலும் இதன் கதையை என்னால் மறக்க முடியவில்லை. இன்னும் முப்பது ஆண்டுகள் சென்றாலும் என்னால் மறக்க முடியாத பக்கங்களைக் கொண்டது *I Dreamt the Snow Was Burning*. சாந்த்தியாகோவில் ஸ்கார்மேத்தா பற்றி விசாரித்தேன். முந்தின தினம்தான் ஸ்கார்மேத்தாவும் சீலே அதிபரும் சந்தித்துக் கொண்ட புகைப்படம் செய்தித்தாளில் வந்திருந்ததை என் வழிகாட்டி ரொபர்த்தோ காட்டினார். சீலேயில் எழுத்தாளனுக்கான இடம் அது.

ரீடர்ஸ் இண்டர்நேஷனல் பதிப்பகம் தான் பதிப்பிக்கத் தேர்ந்தெடுக்கும் நூல்களுக்கு சில தகுதிகளை வைத்திருக்கிறது.

(1) அந்த நூல் அது எழுதப்பட்ட தேசத்தில் ஒரு கட்டத்திலாவது தடை செய்யப்பட்டிருக்க வேண்டும். அல்லது, அந்த எழுத்தாளருக்கு அரசின் அல்லது சமூகத்தின் அச்சுறுத்தல் இருக்க வேண்டும். *(2)* பொதுவாக ஆங்கிலத்தில் எழுதப்பட்ட

நூல்களை வெளியிடுவதில்லை. (3) பிற மொழிகளிலிருந்தே ஆங்கிலத்தில் மொழிபெயர்த்து வெளியிடும். (4) அப்படித் தேர்ந்தெடுக்கப்படும் நூல்கள் ஏற்கனவே ஆங்கிலத்தில் மொழிபெயர்க்கப்பட்டிருக்கக் கூடாது. (5) இந்த நான்கு ஷரத்துக்களுக்கும் பொருந்தி வரக் கூடிய தமிழ் எழுத்தாளர் நம்முடைய விபரீத ராஜ யோக பெருமாள் முருகன். ஆனால் முருகனை ரீடர்ஸ் இண்டர்நேஷனல் வெளியிடாது. ஏனென்றால், ஐந்தாவது ஷரத்தில் முருகன் அடிபட்டு விடுவார். அந்த ஷரத்தின்படி, புத்தகம் இலக்கியத் தரம் கொண்டதாக இருக்க வேண்டும்.

ரீடர்ஸ் இண்டர்நேஷனல் பதிப்பகம் 1984-இல் தொடங்கப்பட்டது. ஆரம்ப காலத்தில் நான் இதன் சந்தாதாரராக இருந்தேன். ஆண்டுக்கு நான்கு நூல்கள் வெளிவரும். 1984-இல் வெளிவந்த முதல் நூல், *To Bury Our Fathers* என்ற நாவல். இதை எழுதியவர் நிகாராகுவாவைச் சேர்ந்த பாதிரியார் செர்ஹியோ ராமிரெஸ் (Sergio Ramirez). இந்த நூலின் தகுதிகள்: உயர்தர இலக்கியத் தரம். செர்ஹியோ ராமிரெஸ் நிகாராகுவாவின் சாந்தினிஸ்த்தா புரட்சியாளர்களில் ஒருவர். அதனால் நிகாராகுவா சர்வாதிகாரியால் கொல்லப்படும் ஆபத்து இருந்ததால் தலைமறைவாக இருந்தார்.

ரீடர்ஸ் இண்டர்நேஷனல் இதுவரை ஐம்பது புத்தகங்களுக்கு மேல் வெளியிட்டிருக்கிறது. வாசிக்கும் பழக்கம் உள்ளவர்கள் இந்தப் பதிப்பகத்தைப் பயன்படுத்திக் கொள்ளும்படி கேட்டுக் கொள்கிறேன்.

ரீடர்ஸ் இண்டர்நேஷனல் பதிப்பித்த சில நூல்கள்:

1. *Castellanos THE NINE GUARDIANS (Mexico)*
2. *Clitandre CATHEDRAL OF THE AUGUST HEAT (Haiti)*
3. *Goma MY CHILDHOOD AT THE GATE OF UNREST (Romania)*
4. *Khorsandi THE AYATOLLAH AND I*
5. *Klima MY MERRY MORNINGS (Czech)*

6. *Lu Wenfu THE GOURMET AND OTHER STORIES(China)*

7. *Makanin BAIZE-COVERED TABLE (Russia)*

8. *THE DEFECTOR (Germany-East)*

9. *Martinez Moreno EL INFIERNO (Uruguay)*

10. *Ramirez STORIES (Nicaragua)*

11. *Ramirez TO BURY OUR FATHERS* (என்னிடம் இருந்த பிரதி ஏன் இப்போது என்னிடம் இல்லை என்பது பற்றித் தெரிந்து கொள்ள வேண்டுமானால் ஸீரோ டிகிரியை வாசிக்கவும்.)

12. *Robles HAGIOGRAPHY OF NARCISA (Cuba)*

13. *Skarmeta WATCH WHERE THE WOLF IS GOING (Chile)*

14. *Skarmeta WATCH WHERE THE WOLF IS GOING(Chile)*

15. *Torres BLUES FOR A LOST CHILDHOOD (Brazil)*

16. *Torres THE LAND (Brazil)*

17. *Silent close No.6 http://readersinternational.org/books*

24. ஊரின் மிக அழகான பெண்

ஊரின் மிக அழகான பெண் என்ற என்னுடைய மிக முக்கியமான மொழிபெயர்ப்புத் தொகுப்பை பிழை திருத்தம் செய்து கொண்டிருக்கிறேன். இந்த நூலை சென்னை புத்தக விழாவிலேயே கொண்டு வந்து விட வேண்டும் என்று விரும்பினேன். ஆனாலும் நான் ஒரு *perfectionist* என்பதால் அவசர கோலமாகக் கொண்டு வருவதில் விருப்பமில்லை. பிழை திருத்தம் முடியும் வரை நீண்ட பதிவுகள் எதுவும் எழுதக் கூடாது என்ற வைராக்கியத்தில் இருந்தேன். ஆனாலும் இன்று நேர்ந்த ஒரு சம்பவத்தால் பிழை திருத்தத்தை ஒத்தி வைத்து விட்டு இதை எழுதிக் கொண்டிருக்கிறேன்.

கடந்த பத்தாண்டுகளாக புத்தகங்களின் வரவு அதிகரித்திருக்கிறது. தரம் குறைந்திருக்கிறது. பிழையே பார்க்க முடியாத முதல் தர பதிப்பகமான க்ரியாவின் நூல்களிலேயே பிழைகள்

காணப்படுகின்றன. தமிழே யாருக்கும் தெரியாமல் போய் விட்டபடியால் பிழை திருத்தம் செய்தல் என்ற காரியமே நின்று போய் விட்டது. அதன் காரணமாக 99 சதவிகித புத்தகங்கள் பிழைகளுடனேயே வருகின்றன. இந்த சதவிகிதத்தில் சிலருக்கு ஆட்சேபணை இருக்கலாம். என்னுடைய நூல்களில் 200 பக்க புத்தகத்தில் அதிக பட்சம் பத்து பிழை இருக்கலாம். ஆனால் நான் வாசிக்க நேரும் நூல்களில் பக்கத்துக்கு ஐந்து பிழைகள் உள்ளன. இதில் இலக்கணப் பிழைகள், தமிழ்க் கொலை ஆகியவற்றைச் சேர்க்கவில்லை. சேர்த்தால் ஹராகிரிதான் ஒரே தீர்வு.

இப்படிப்பட்ட பரிதாபகரமான சூழலில் எழுபது எண்பது ஆண்டுகளுக்கு முன்பு எழுதப்பட்ட க.நா.சு., சி.சு.செ., தி.ஜானகிராமன், கு.ப.ரா., லா.ச.ரா. போன்றவர்களின் எழுத்துக்கள் இப்போது மறுபிரசுரம் ஆகும் போது அவற்றில் எத்தனை பிழைகள் இருக்கும் என்பதை நாம் யூகித்துக் கொள்ளலாம். அதிலும் தஞ்சை ப்ரகாஷ் தஞ்சாவூர் மாவட்டத்து முஸ்லீம்களின் வாழ்க்கையை எழுதியவர். அந்த மொழியின் பல வார்த்தைகள் தஞ்சாவூரில் வசிக்கும் ஒரு இந்துவுக்கே புரியாது. அப்படியிருக்கும் போது அதில் ஏதேனும் அச்சுப்பிழை நேர்ந்தால் என்ன ஆவது? சி.சு. செல்லப்பா தன் உயிரை விட்டு எழுதிய நாவல் சுதந்திர தாகம். 2000 பக்கம். தன் வாழ்நாளெல்லாம் எழுதினார். திருவல்லிக்கேணி வீட்டின் ஒரு இருண்ட அறையில் ஒற்றை விளக்கை வைத்துக் கொண்டு எழுதிப் பிரசுரித்தார். வயதான காலத்தில் அந்த 2000 பக்கங்களுக்கும் பிழை திருத்தம் செய்தார். இப்போது அந்த நாவலின் மறு பதிப்பு வந்துள்ளது. அந்த நாவலில் காந்தியும் வருகிறார். கற்பனையாக அல்ல. சரித்திர நாயகனாக. புத்தகத்தைத் திறந்ததும், முதல் பக்கத்தில், முதல் வார்த்தை இப்படி ஆரம்பிக்கிறது:

மகாத்மா காண்டு

காண்டு என்றால் இந்தியில் *catamite* என்று பொருள். இப்படி ஆகி விட்டது பதிப்புத் துறை. பிழை திருத்தம் என்ற

விஷயமே நடப்பதில்லை. நான் யாரையும் மனதில் வைத்துச் சொல்லவில்லை. தமிழ்நாட்டிலேயே பிழை திருத்துவோர் இல்லை. பதிப்பகங்களே தங்களால் ஆன வரை தங்கள் ஊழியர்களைக் கொண்டு செய்கின்றன. அது எவ்வளவு தூரம் சாத்தியம்?

என் புத்தகங்களை நானே பிழை திருத்தம் செய்கிறேன். பல சமயங்களில் அது தற்கொலைக்குத் தூண்டுவதாக இருக்கிறது. உதாரணமாக, ஃபாண்ட் அளவு பெரிய எழுத்து விக்ரமாதித்தன் கதைப் புத்தகம் ஃபாண்ட் மாதிரி இருந்ததால் ஃபாண்ட் அளவைக் குறைக்கச் சொன்னேன். உடனே ஃபாண்டுகளுக்கே புத்தி வந்தது போல் *artificial intelligence*ஆ என்ன? ஃபாண்டுகளே சேர்ந்து கதை எழுதுகின்றன. காந்தி என்றால் சாந்தி. சாந்தி என்றால் சந்தி. தோளிலும் தாளிலும். மனிதன் மதன். இப்படி ஒரு பக்கத்துக்கு பத்து பிழைகள். ஆர்ட்டிஃபிஷியல் இண்டெலிஜென்ஸ் என்று ஏன் சொன்னேன் என்றால், பிழைகளில் அர்த்தமும் சரியாக வருவதுதான்.

தொலையட்டும். இதையெல்லாம் செய்துதான் ஆக வேண்டும். நீங்கள் எல்லோரும் என் மீது கொண்டுள்ள அன்புக்கு நான் எத்தனை சிரமத்தை வேண்டுமானாலும் எடுத்துக் கொள்வேன். எனக்குப் புத்தகம் வேண்டும் என்றால் என்ன புத்தகம் என்று பத்து பேர் அமெரிக்காவிலிருந்து எழுதுகிறார்கள். ஊரிலேயே மிகப் பிரபலமான வக்கீல் ஐம்பது வயது எல்லோருக்கும் முன்னால் என் பாதம் பணிகிறார். தினமும் நாலைந்து ஹார்ட் சர்ஜரி செய்யும் டாக்டருக்கு என்னோடு பேசும் போது அன்பிலும் பதற்றத்திலும் கைகள் நடுங்குகின்றன. உங்கள் அன்புக்கு முன்னால் நான் செய்வது சாதாரணம்.

இன்று பிழை திருத்தம் செய்யும் போது ரத்த வேட்கை என்ற கதைக்கு வந்தேன். அது *Bloody Countess* என்ற தலைப்பில் அலெஹாந்த்ரோ பிஸார்னிக் எழுதிய கதை. மிகவும் தனித்துவம் மிக்க கவிஞரான பிஸார்னிக் எழுதிய ஒரே கதை அது. தனித்துவம் மிக்கவர் என்று சொன்ன காரணத்தை அவருடைய ஒரே ஒரு கவிதையைப் படித்தாலே நீங்கள் புரிந்து

கொள்ளலாம். ப்ளடி கவுண்டஸ் என்ற கதை ஹங்கேரியில் 1560இலிருந்து 1614 வரை வாழ்ந்த எர்ஸபெத் பத்தோரி என்ற சீமாட்டியைப் பற்றியது. பத்தோரி குடும்பத்தைச் சேர்ந்த எர்ஸபெத் தான் முதுமை அடையக் கூடாது என்று விரும்பி ஒரு சூனியக்காரியின் துணை கொண்டு மனித ரத்தத்தில் குளித்தாள். மனித ரத்தம் என்றால் சாதா மனித ரத்தம் அல்ல; இளம் பெண்ணாக இருக்க வேண்டும். அதிலும் அந்தப் பெண்களை விதம்விதமாகச் சித்ரவதை செய்துதான் கொல்வாள். அதற்காக ஒரு சித்ரவதைக் கூடத்தையே வைத்திருந்தாள். அதில் சித்ரவதைக்கான விதவிதமான இரும்புத் தளவாடங்களையும் வைத்திருந்தாள். அவளுடைய வாழ்க்கையை ஹங்கேரியில் ஆவணப்படுத்தியிருக்கிறார்கள். இவளுக்கெல்லாம் மிகப் பிந்திதான் மார்க்கி தெ சாத் (1740–1814) வந்தார்.

எர்ஸபெத் பத்தோரி வாழ்ந்த கோட்டையின் பெயர் Csejthe. அந்தக் கோட்டை இப்போது ஸ்லோவேகியாவில் இருக்கிறது. நான் ஒவ்வொரு நாட்டுடனும் இப்படியாகத்தான் தொடர்பு படுத்திக் கொள்கிறேன். ஒரு சுற்றுலாப் பயணி ஸ்லோவேகியாவின் அழகான தலைநகரான ப்ராத்திஸ்லாவாவைப் பார்த்து விட்டுத் திரும்பி விருவார். ஆனால் நான் சுமார் முப்பது ஆண்டுகளாக என் ஞாபக அடுக்கு ஒன்றில் சுமந்து கொண்டிருக்கும் செஜ்தீ கோட்டையைப் போய்ப் பார்த்து வருவேன்.

1590–இலிருந்து 1610 வரை பத்தோரியும் அவளது சகாக்களும் தம் ரத்தச் சடங்குகளுக்காக சுமார் எழுநூறு இளம் பெண்களைச் சித்ரவதை செய்து கொன்றிருக்கிறார்கள். 1610 டிசம்பரில் கைது செய்யப்பட்ட பத்தோரி மீது விசாரணை நடைபெற்றது. சுமார் முந்நூறு சாட்சிகளிடம் பத்தோரி பற்றி விசாரிக்கப்பட்டது. அவர்களெல்லாம் செஜ்தே கோட்டையில் பணியாற்றியவர்கள், தப்பிப் பிழைத்த இளம் பெண்கள் மற்றும் சிறை வைக்கப்பட்டவர்கள். பத்தோரியும் தன்னுடைய அன்றாட நடவடிக்கைகள் பற்றி நாட்குறிப்பு வைத்திருந்தாள். அதுவும் நீதிமன்ற விசாரணைக்கு உதவியாக இருந்தது. மனித குல வரலாற்றிலேயே அதிக அளவு கொலைகளைச் செய்த பத்தோரியின் மீதான குற்றங்கள் நிரூபணம் ஆனாலும்

பதினெட்டாம் நூற்றாண்டு வரை பிரபு குடும்பத்தினருக்கு மரண தண்டனை வழங்கும் வழக்கம் இல்லாததால் பத்தோரி சீமாட்டி அவளுடைய செஜ்தே கோட்டையிலேயே சிறை வைக்கப்பட்டாள்.

பத்தோரி சீமாட்டி பற்றி சுமார் இருபது திரைப்படங்கள் வந்துள்ளன. அதில் நான் ஒரே ஒரு படத்தைப் பார்த்திருக்கிறேன். *2008*இல் *Juraj Jakubisko* இயக்கியது.

அலெஹாந்த்ரோ பிஸார்னிக்கின் ரத்த வேட்கை கதையில்...

நாளை தொடர்கிறேன்...

2.2.2020

25. ஊரின் மிக அழகான பெண் (தொடர்ச்சி)

பத்தோரி சீமாட்டி இளம் பெண்களின் ரத்தத்தில் குளிப்பாள் என்றேன். வெறும் இளம் பெண்கள் அல்ல; அவர்கள் கன்னிப் பெண்களாக இருக்க வேண்டும். ஒரு கட்டத்தில் பத்தோரிக்கு இந்த ரத்தச் சடங்குகளெல்லாம் வீண் என்று தோன்றியது. காரணம், அவளுக்கு ஐம்பது வயது ஆன போது தோலில் சுருக்கங்கள் விழ ஆரம்பித்தன. சரி, சூன்யக்காரியை வதை செய்து கொன்று விடலாம் என்று முடிவு செய்தாள். ஆனால் சூன்யக்காரி பத்தோரி சீமாட்டியிடமிருந்து தப்பிக்கவும், சீமாட்டியையே சிக்கலில் மாட்டி வைக்கவும் ஒரு சதி செய்தாள். ”என்ன இருந்தாலும் நாம் கீழ்க்குலப் பெண்களை அல்லவா பிடித்து ரத்தம் எடுக்கிறோம்? அதனால்தான் சடங்குகள் வேலை செய்யவில்லை. பிரபு வம்சத்துப் பெண்களின் ரத்தத்தில்தான் குளிக்க வேண்டும். அதுவும் அவர்கள் கன்னிகளாக இருக்க வேண்டும்” என்றாள் சூன்யக்காரி. உடனே பத்தோரி சீமாட்டி பிரபு வம்சத்துக் குமரிகளாக வேட்டையாடுகிறாள். கன்னிப் பெண் என்று எப்படிக் கண்டு பிடிப்பது? வயதுக்கு வராத பெண்களாகப் பிடித்து வந்து சிறையில் போட்டு, அவர்கள் வயதுக்கு வந்ததும் சித்ரவதை செய்து கொல்வது அவள் முறை. நான்கே ஆண்டுகளில் மாட்டிக் கொண்டாள்.

இந்தக் கதையில் ஒரு வாக்கியம் என்னைக் குழப்பியது. ”காட்டு விஷயத்திலும், நிலவின் இதமற்ற குளிர்த் தோற்றத்திலும் புதைந்திருந்த தீய சக்திகளின் புதிய ரூபங்களை எர்ஸபெத்தின் கண்களில் கண்டாள் அந்த சூன்யக்காரி.” காட்டு விஷத்திலா, காட்டு விஷயத்திலா? என்னிடம் உயிர்மை வெளியிட்ட மூல நூல் கை வசம் இல்லை. சரி, ஆங்கில மொழிபெயர்ப்பைப் பார்த்து விடலாம் என்று இணையத்தில் தேடினேன். ஒரு மணி நேரம் செலவழித்திருப்பேன். ஒரே ஒரு இணைப்பில் கிடைத்தது. ஆனால் கதை முழுமையாக இல்லை. கதையின் ஒருசில அத்தியாயங்களை நீக்கியிருந்தார்கள். ஆங்கிலத்தில் கிடைக்காததற்குக் காரணம், நான் மொழிபெயர்ப்புக்குத் தேர்ந்தெடுத்த கதைகள் பெரும்பாலும் பிரபலமான லத்தீன் அமெரிக்கச் சிறுகதைத் தொகுப்புகளிலும் காண முடியாதவை. நேரடியாக *Granma* பத்திரிகையிலிருந்து எடுத்தவை. க்ரான்மா பற்றியோ யாருக்கும் தெரியாது. பிறகு, ஊரின் மிக அழகான பெண்ணின் முதல் பதிப்பில் பார்க்கலாம் என்று நினைத்து ஸ்ரீராமைத் தொடர்பு கொண்டேன். ஏனென்றால், என்னிடம் உயிர்மை புத்தகமும் இல்லை. ஆங்கில மொழிபெயர்ப்பும் இல்லை. தேடுகிறேன் என்றார் ஸ்ரீராம். அப்போது இரவு பத்து மணி. கால் மணி நேரத்தில் அவரிடமிருந்து போன் வந்தது. விஷயத்தைச் சொன்னேன். உயிர்மை நூலிலும் “காட்டு விஷயத்திலும்” என்றே இருந்தது. இனிமேல் இதைத் தெரிந்து கொள்ள ஒரே ஒரு வழிதான் இருக்கிறது. ஆனால் அதுவும் சாத்தியம் இல்லை. இந்தக் கதைகளையெல்லாம் மொழிபெயர்த்து கோணங்கிக்குத்தானே அனுப்பினேன்? அப்படியானால் கல்குதிரையில் பார்க்கலாம். ஆனால் 25 ஆண்டுகளுக்கு முந்தைய கல்குதிரைக்கு எங்கே போவது?

அதற்குள் ஸ்ரீராம் அழைத்தார். அவருக்குக் கதையின் ஆங்கில மொழிபெயர்ப்பு கிடைத்து விட்டது. அதில் இப்படி இருந்தது: *In the poisons of the forest and in the coldness of the moon.* ஆக, ’காட்டு விஷங்களிலும்’ என்பது காட்டு விஷயத்திலும் என்றே அச்சாகி விட்டது. நடுகல் பதிப்பகம் வெளியிட்ட ஊரின் மிக அழகான பெண் புத்தகத்திலும் கூட இப்படியே

”காட்டு விஷயத்திலும்” என்றே அச்சாகியிருக்கிறது. என்னுடைய பதைபதைப்புக்கும் பதற்றத்துக்கும் காரணம் என்னவென்றால், சென்ற தலைமுறையைச் சேர்ந்த சி.சு. செல்லப்பா, க.நா.சு., தஞ்சை ப்ரகாஷ், லா.ச.ரா. போன்ற பல மூத்த எழுத்தாளர்களின் பல புத்தகங்களில் இப்படிப்பட்ட ஏராளமான பிழைகள் எல்லா பக்கங்களிலும் மலிந்திருக்கின்றன. நான் வாழும் போதே என்னுடைய புத்தகத்தில் ஒரு தவறு என்னுடைய பார்வைக்கு வராமல் பதினைந்து ஆண்டுக் காலம் இருந்திருக்கிறது என்றால், பிழை திருத்தம் என்பதன் முக்கியத்துவத்தை நீங்கள் உணர்கிறீர்களா? நல்லதே நடக்கவில்லை என்று நான் சொல்லவில்லை. பெருமாள் முருகன் பதிப்பித்து, காலச்சுவடு வெளியிட்ட கு.ப.ரா. தொகுப்பில் இப்படி ஒரு தவறு கூட இல்லை. பெருமாள் முருகனின் புனைவெழுத்துதான் எனக்குப் பிடிக்காதே தவிர அவர் ஒரு அருமையான ஆய்வாளர். கவிஞர் சுகுமாரனும் அப்படியே. இவர்கள் இருவரும் தொகுத்து காலச்சுவடு வெளியிட்ட நூல்களில் இப்படிப்பட்ட அர்த்தப் பிழைகள் எதுவும் இல்லை. ஏனென்றால் இவர்கள் மூல நூல்களைப் பார்த்து என்னைப் போலவே எழுத்து எழுத்தாக சரி பார்த்து பதிப்பித்திருக்கிறார்கள். அதனால்தான் அட்டையிலேயே பதிப்பாசிரியர் பெருமாள் முருகன் என்றும் பதிப்பாசிரியர் சுகுமாரன் என்றும் போடப்படுகிறது. யாரோ எழுதிய புத்தகத்துக்கு இவர்களின் பெயர் அட்டையில் ஏன் வருகிறது என்றால், ஒருவகையில் இவர்கள் உ.வே.சா. சங்க இலக்கியத்துக்குச் செய்த பணியை இந்தப் பதிப்பாளர்கள் நம் முன்னோடிகளின் நூல்களுக்குச் செய்கிறார்கள். இது தவிர மற்ற எல்லா நூல்களிலும் பிழைகள் மலிந்து கோரமாகக் கிடக்கின்றன.

இங்கே இன்னும் இரண்டு விஷயங்களைக் குறிப்பிட வேண்டும். ஒன்று, ஸ்ரீராம். அவருடைய உதவி இல்லாவிட்டால் இந்த வேலைகளை என்னால் செய்ய இயலாது. ஒரு மணி நேரம் தேடியும் கிடைக்காததால் நான் அந்த வாக்கியத்தை மனசில்லாமலேயே “காட்டு விஷயத்திலும்” என்றே விட்டிருப்பேன். ஏனென்றால், விஷயம் என்பது பிழைதான்.

ஆனால் அது ஒரிஜினலில் விஷமாக இல்லாத பட்சத்தில் விஷம் என்று போடுவது பெரும் பிழை அல்லவா? சென்ற வாரம் நம் இணைய தளத்தில் ஒரு கடிதம் வெளியிட்டிருந்தேன். அதில் *ArtReview Asia* எடிட்டர் மார்க் ரேப்போல்ட் மார்ஜினல் மேன் பற்றி என்ன சொன்னார் என்பதை அதில் குறிப்பிட்டிருந்தேன். கடிதத்தை எழுதும் போது மார்க் சொன்னது மறந்து போய் விட்டது. இரண்டே வார்த்தை என்பது ஞாபகம் இருந்தது. ஆனால் என்ன என்று நினைவில் இல்லை. ஸ்ரீராமுக்கு போன் போட்டு மார்க் மார்ஜினல் மேன் பற்றி என்ன சொன்னார் என்று கேட்டேன். சில நொடிகள் யோசித்தவர் *"Dangerously addictive"* என்றார். மிரண்டு போனேன். டச் வுட்.

இன்னொரு விஷயம். இது தமிழில் புத்தகங்கள் பதிப்பிப்பது தொடர்பானது. ஊரின் மிக அழகான பெண் தொகுப்பை ஏற்கனவே படித்தவர்களும் இப்போது வந்திருக்கும் புதிய தொகுப்பை மீண்டும் வாங்க வேண்டிய கட்டாயம் ஏற்படுகிறது. ஏனென்றால், ஜான் பால் சார்த்தரின் சுவர் என்ற கதையின் மொழிபெயர்ப்பையும் இதில் சேர்த்திருக்கிறேன். மட்டுமல்லாமல் புதிதாக பிழைதிருத்தம் செய்திருக்கிறேன். மொழியைப் புதிதாக செப்பனிட்டிருக்கிறேன். மெருகூட்டியிருக்கிறேன். பத்தோரி சீமாட்டியின் செஜ்தே கோட்டையின் படத்தோடு இந்தப் புத்தகம் வர வேண்டும் என்று நினைத்தேன். பத்தோரி சீமாட்டி பற்றி அறிந்த வரலாற்று ஆர்வலர்கள் இப்போதும் அந்தக் கோட்டைக்குச் சென்று கொண்டிருக்கிறார்கள். ஆவியுலக ஆய்வாளர்களும் அந்தக் கோட்டைக்குப் போய் ஆவிகளோடு பேச முடியுமா என்று முயற்சி செய்கிறார்கள். குறைந்த பட்சம் 650 இளம் பெண்கள் குரூரமான முறைகளில் சித்ரவதை செய்யப்பட்டு கொலை செய்யப்பட்ட கோட்டை. அவர்களின் குருதியில்தான் குளித்திருக்கிறாள் பத்தோரி சீமாட்டி. மட்டுமல்லாமல், ஊரின் மிக அழகான பெண் என்ற இந்த நூல் என்னுடைய மிக முக்கியமான நூல்களில் பிரதானமானது. நான் இதுவரை ஆறு நாவல்கள் எழுதியிருக்கிறேன். அந்த வரிசையில் இந்த நூலை வைக்கலாம். அவ்வளவு முக்கியமானது என்பதால் இதை கெட்டி அட்டையில் கொண்டு வரலாம்

என்று நினைத்தேன். ராம்ஜியிடம் சொன்னேன். அது ஏன் சாத்தியமே இல்லை என்று விளக்கினார் ராம்ஜி. ஏனென்றால், 2000 பிரதிகள் அச்சடித்தால்தான் விலையை எல்லோரும் வாங்குகிறாற்போல் வைக்க முடியும். உலகப் புகழ்பெற்ற மணிபால் அச்சகத்தில் அடித்தால்தான் ஹார்ட்பவுண்ட் நன்றாக வரும். ஸீரோ டிகிரி ஆங்கிலம் அங்கே அடித்ததுதான். அல்லது குறைந்த பட்சம் ஆயிரமாவது அடிக்க வேண்டும். நூறு இருநூறு பிரதிகளை கெட்டி அட்டையில் அடித்தால் விலை ஆயிரம் வரை எகிறி விடும். விட்டு விட்டேன். அதனால்தான் தமிழ்நாடு ஒரு ஃபிலிஸ்டைன் சமூகம் என்கிறேன். என்னைப் போல் புகழ் பெற்ற எழுத்தாளனாக இருந்தாலும் நூறு இருநூறுதான் போகிறது. புதிய நாவல் என்றால், மூவாயிரம் போகும். மற்றபடி நூறு இருநூறுதான்.

சமீபத்தில் நடந்த இரண்டு விஷயங்களைக் குறிப்பிட வேண்டும். சென்னை புத்தக விழா உரையில் ஒரு புத்தகத்தின் பின்னட்டை பற்றிக் குறிப்பிட்டேன். எழுத்தாளரின் பெயரைக் குறிப்பிடவில்லை. புத்தகத்தின் பெயரையும் குறிப்பிடவில்லை. ஏனென்றால், அச்சமாக இருக்கிறது. சாரு திட்டினார் என்று புகார் கிளம்புகிறது. விமர்சனம் ஒரு நல்ல விஷயம் என்றே யாரும் நினைப்பதில்லை. பெயர் குறிப்பிடாமல் சொன்னதற்கே நாலைந்து நண்பர்கள், “உங்கள் நண்பர்கள் நடத்தும் ஸீரோ டிகிரி பப்ளிஷிங்கின் புத்தகத்தையே விமர்சிக்கிறீர்களே, நியாயமா?” என்று கேட்டார்கள். தப்புதான் என்று பதில் சொன்னேனே தவிர என்ன தப்பு என்று எனக்கே புரியவில்லை. புத்தகத்தின் பெயரைக் குறிப்பிட்டு விமர்சித்திருந்தால் நாலு பேராவது அந்தப் புத்தகத்தை வாங்கியிருப்பார்கள். இல்லையா? ஒரு புத்தகம் பேசப்படுவது சரியா? கிணற்றில் போட்ட கல்லாகக் கிடப்பது சரியா?

ஐயா, நாற்பது ஆண்டுகளாக என்னைப் பெயர் குறிப்பிடாமலேதான் விமர்சிப்பார்கள். குறிப்பிட்டிருந்தால் நான் பெருமாள் முருகன் போல் ஆகியிருப்பேன். விமர்சிக்கப்பட்டதாலும் அச்சுறுத்தப்பட்டதாலும்தானே பெருமாள் முருகன் இன்று சல்மான் ருஷ்டி அளவுக்குப்

புகழ் பெற்றார்? வேறு என்ன காரணம்? ஒரு சுரணையுள்ள சமூகத்தில் என்னுடைய காமரூப கதைகள் நாவலைத் தடை செய்திருப்பார்கள். அதன் மூலம் நான் பதினைந்து ஆண்டுகளுக்கு முன்பே பெருமாள் முருகனைப் போல் ஆகியிருப்பேன். அப்படிப்பட்ட உள்ளடக்கத்தைக் கொண்ட நாவல் அது. ஆனால் தமிழ்ச் சமூகமும் பத்திரிகைகளும் அதை இருட்டடிப்பு செய்தன. பெயரையே சொல்லவில்லை. கண்டு கொள்ளவே இல்லை. திட்டவே இல்லை. விமர்சிக்கவே இல்லை.

முப்பத்தைந்து ஆண்டுகளுக்கு முன்பு நடந்த கதையைச் சொல்கிறேன். தமிழில் நான் - லீனியர் கதைகளை எழுத ஆரம்பித்தேன். நான் லீனியர் என்ற பதம் எனக்குத் தெரியாது. பிரம்மராஜன்தான் அந்தப் பெயரைச் சூட்டி, அக்கதைகளை அவருடைய மீட்சி பத்திரிகையில் வெளியிட்டார். நான் லீனியர் கதைகளை அப்போது யாரும் எழுதியதில்லை. ரொனால்ட் சுகேனிக்கின் 98.6 என்ற நாவலை நான் லீனியர் பாணி என்று தீர்மானமாகச் சொல்ல முடியாது. அந்த வகையில் நான் லீனியர் என்ற எழுத்துப் பாணியையே உலகுக்கு வழங்கியது அடியேன்தான். பிறகு என்னை அடியொற்றி கோணங்கியும் எழுதிப் பார்த்தார். சரியாக வரவில்லை. ஸில்வியாவின் கதைகளை நான் லீனியர் என்று சொல்லலாம்.

அப்போது கோமல் சுவாமிநாதனின் சுப மங்களா பத்திரிகை வந்து கொண்டிருந்தது. மாதாமாதம் அதில் ஒருவரின் பேட்டி வரும். கிட்டத்தட்ட ஐம்பது அறுபது பேரின் பேட்டிகள் வந்திருக்கலாம். அதில் ஒவ்வொரு பேட்டியிலும் இப்போது புதிதாக எழுதப்படும் நான் லீனியர் எழுத்து பற்றி என்ன நினைக்கிறீர்கள் என்ற கேள்வி இடம் பெறும். திமுக தலைவர் கருணாநிதியிடமெல்லாம் இந்தக் கேள்வியைக் கேட்டிருக்கிறார்கள். ஆனால் ஒரு கேள்வியில் கூட அந்த நான் லீனியர் பாணியை அறிமுகப்படுத்தி அதில் தொடர்ந்து எழுதி வந்த என் பெயரைக் குறிப்பிட்டதே இல்லை.

இன்னொரு சமீபத்திய உதாரணம் தருகிறேன். தயவுசெய்து பெயர் குறிப்பிட்டுச் சொல்ல என்னை அனுமதியுங்கள்.

இப்படியெல்லாம் தடை போடுவதால் என் எண்ண ஓட்டம் அறுபடுகிறது. தங்குதடையில்லாமல் பேசுவதோ எழுதுவதோ எப்படி, இவருக்குப் பயந்து, அவருக்குப் பயந்து, ஐயோ இப்படி எழுதினால் அவர் கோவிப்பாரே, அப்படி எழுதினால் அவர் கோவிப்பாரே என்று பயந்து பயந்து எழுதினால் அப்புறம் என்னுடைய எழுத்து என்னுடைய எழுத்து போலவே இருக்காது. மேலும், தப்பாக இருந்தாலும் இருக்கட்டுமே? தப்பாக எழுதுவதற்குச் சுதந்திரம் இல்லையா? தப்பாகச் சிந்திப்பதற்குச் சுதந்திரம் இல்லையா? புளி மாதிரி உட்கார்ந்திருப்பதை விட தப்பாக எழுதலாம் இல்லையா? சரி தப்பு பற்றி யோசிக்காமல் எழுதினால்தானே சுதந்திரமாகச் சிந்திக்க முடியும்? சரி தப்புகளை விட ஒரு எழுத்தாளனின் இயக்கத்துக்கு சுதந்திரம்தானே முக்கியம்?

அதனால் இப்போது நான் பெயரைச் சொல்கிறேன். செந்தில்குமார் எழுதிய கழுதைப் பாதை என்ற நாவலைத்தான் பெயர் குறிப்பிடாமல் சொன்னேன். அந்தப் பாணி எழுத்தில் உள்ள போதாமையைச் சொன்னேன். அது என் உரிமை அல்லவா? அப்படிப்பட்ட எழுத்தை எழுதுவதற்கு செந்தில்குமாருக்கு எவ்வளவு உரிமை இருக்கிறதோ, அப்படிப்பட்ட எழுத்தை வெளியிட ஸீரோ டிகிரி பதிப்பகத்துக்கு எவ்வளவு உரிமை இருக்கிறதோ, அவ்வளவு உரிமையும் அதை விமர்சிக்கவும் எனக்கு இருக்கிறதுதானே?

இன்னொன்றையும் பெயர் குறிப்பிட்டே எழுதுகிறேன். சம்பந்தப்பட்டவர்கள் கோபம் கொள்ள வேண்டாம். இது பதிப்பகத்தின் தவறு அல்ல. அல்லவே அல்ல. தமிழ்நாட்டின் வாசிப்புச் சூழலின் பிரச்சினை இது. இது பற்றி எழுதினால்தான் இதற்கான மீட்சி கிடைக்கும். பேசவே பேசாவிட்டால் இப்படியே அம்பது காப்பி, நூறு காப்பி என்று போய் விடும். கலாப்ரியாவுக்கு எழுபது வயது ஆகிறது. ஒரு முன்னோடி கவிஞர். நாற்பது ஆண்டுகளுக்கு முன்பு எங்கு திரும்பினாலும் கலாப்ரியாதான். அவருடைய சசி தான். இளைஞர்களின் கனவு நாயகன் கலாப்ரியா. எனக்கும் மிகப் பிடித்த கவிஞர். அவர் ஒரு நாவல் எழுதியிருப்பதாகக் கேள்விப்பட்டேன்.

மிகுந்த சிரமப்பட்டு அதன் பெயர் வேனல் என்று அறிந்து, மிகுந்த சிரமப்பட்டு அதை வெளியிட்டது சந்தியா பதிப்பகம் என்றும் தெரிந்து கொண்டேன். வாங்கினேன். என்ன ஒரு அதிர்ச்சி தெரியுமா? ஒரு அதிர்ச்சி அல்ல; ரெண்டு மூணு அதிர்ச்சிகள். முதல் அதிர்ச்சி, அந்த நாவல் வெளிவந்து மூன்று ஆண்டுகள் ஆகிறது. யாரும் ஒரு வார்த்தை சொல்லவில்லை. அப்படி ஒரு நாவல் வெளிவந்ததே யாருக்கும் தெரியாது. புத்தக பைண்டிங்கும் ஏதோ பன்னண்டாம் வகுப்பு கணித நூல் மாதிரி இருக்கிறது. காரணம் பதிப்பகம் இல்லை. தரமான அச்சகத்தில் அச்சிட்டால் நாவலின் விலையை 1000 ரூ. வைக்க வேண்டியிருக்கும். இல்லாவிட்டால் 2000 பிரதிகள் அச்சடிக்க வேண்டும். 200 பிரதி என்றால் இப்படித்தான் பன்னண்டாம் வகுப்பு கணக்குப் புஸ்தகம் மாதிரி இருக்கும்.

செஜ்தே கோட்டை, ஸ்லோவேகியா

இதெல்லாம் ஊரின் மிக அழகான பெண் நூலில் பிழை திருத்தம் செய்து கொண்டிருந்தபோது உங்களோடு பகிர்ந்து கொள்ளத் தோன்றியது.

3.2.2020.

26. ஜெயமோகனுக்கு ஒரு கடிதம்

அன்புள்ள ஜெயமோகனுக்கு,

நான் உங்களை என் குடும்பத்தில் ஒருவனாக நினைக்கிறேன். எல்லா எழுத்தாளர்களையும்தான். அதிலும் உங்களை ரொம்ப விசேஷமாக. ஏன் என்று உங்களைப் பற்றி நான் அவ்வப்போது எழுதியிருப்பவற்றையும் பேசியிருப்பவற்றையும் நீங்கள் நினைவுகூரலாம். குறிப்பாக, ஒரு பல்கலைக்கழகம் செய்ய வேண்டிய பணியை ஒற்றை ஆளாகச் செய்து கொண்டிருக்கிறார் ஜெயமோகன் என்று எழுதியும் பேசியும் வருபவன். இன்னும் ஏராளமாக. நான் கலந்து கொள்ளும் சர்வதேசக் கருத்தரங்குகளிலும் உங்களையும் எஸ்.ராமகிருஷ்ணனையும் பற்றிக் குறிப்பிடாமல் பேசியதே இல்லை. நான் பத்தி எழுதும் *ArtReview Asia* என்ற ஐரோப்பியப் பத்திரிகையிலும் உங்களைப் பற்றி எழுதினேன். உங்களைப் பற்றி அதில் தனியாகவே ஒரு கட்டுரை எழுத வேண்டும் என்று கூட நினைத்துக் கொண்டிருக்கிறேன்.

ஆனால் பல ஆண்டுகளுக்கு முன்பு உங்களைத் தாக்கியும் விமர்சித்தும் எழுதியிருக்கிறேன். அப்போதிருந்த சாரு வேறு என்பதை மிகுந்த நுண்ணுணர்வுள்ள உங்களால் புரிந்து கொள்ள முடியாதா என்ன? மேலும், நான் நானாக உங்களை

ஒருபோதும் விமர்சித்து எழுதியதே இல்லை. எதிர்வினை மட்டுமே ஆற்றியிருக்கிறேன்.

நீங்கள் என்னைப் பற்றி நேற்று கீழ்வருமாறு எழுதியிருக்கிறீர்கள். அதை இந்த அதிகாலையில் படித்தேன்.

”எவரையாவது நான் தனிப்பட்ட முறையில் தாக்கியிருக்கிறேன் என நான் எண்ணவில்லை - அதற்கான வாய்ப்புகள் வரும்போதெல்லாம்கூட என் வழி அமைதியே. சாரு நிவேதிதா என்னைப்பற்றி என்னென்ன எழுதியிருக்கிறார் என்று சிலருக்கு நினைவிருக்கலாம். நான் என் மகனை அடித்து சித்திரவதை செய்கிறேன், அவன் மனவளர்ச்சி இல்லாத சிறுவன் என்றுகூட ஒரு கட்டுரை எழுதியிருக்கிறார்!”

என்னைப் பற்றி நீங்கள் எழுதியதை மேலே மேற்கோள் காட்டியிருக்கிறேன். என் அன்புள்ள ஜெ, என் எழுத்தின் மீது ஆணையாகச் சொல்கிறேன். ஒருபோதும் நான் அப்படி எழுதியதில்லை. அப்படி எழுதும் அளவுக்கு நான் ஒருபோதும் என் ஆயுளில் தரம் தாழ்ந்தவனாக இருந்ததில்லை.

சமீபத்தில் ஒரு பெண் என்னிடம் நான் அவரைத் தாக்கி என்னவெல்லாம் எழுதினேன் என்று என்னிடம் சொன்னார். அப்படி எழுதியிருந்தால் நான் உயிரோடே இருக்கக் கூடாது என்று சொன்னேன். அப்படி நான் எழுதியதே இல்லை. காண்பிக்கச் சொன்னேன். நான் அல்ல; வேறு எவரேனும் கூட அப்படி எழுதுவார் என்று என்னால் கற்பனையே செய்ய முடியவில்லை. ஆனால் விஷயம் என்னவென்றால், அவர் அதைப் படித்ததில்லை; யாரோ சொன்னார்களாம். இவர் நம்பி விட்டார். அது மட்டும் அல்ல; அந்த வக்கிரத்தை பத்துப் பதினைந்து ஆண்டுகளாகத் தன் மனதில் சுமந்து கொண்டும் என்னை சபித்துக் கொண்டும் இருந்திருக்கிறார். என்ன கொடுமை பாருங்கள்!

என் உயிர் நண்பர் ஒருவர். முப்பத்தைந்து ஆண்டுகளாக என் இதயத்தில் வைத்துக் கொண்டாடும் நண்பர். எனக்கு உணவளித்தவர். என் உயிர் காத்தவர். அவரைப் பற்றி நான்

படு மட்டரகமாக எழுதியதாக அவர் மனைவி சொன்னாராம். ”யோவ் லூசு, உளறாதே ஐயா. என் குடும்பத்தின் காவலன் நீர்” என்றேன். ”இல்லப்பா, அவள் படித்துக் காண்பித்ததை நானே கேட்டேன். அவள் சொல்லியிருந்தால் கூட நம்பியிருக்க மாட்டேன்; படித்தே காண்பித்தாள்” என்றார். அப்படியே அதை ஒதுக்கித் தள்ளி விட்டேன். என் உயிருக்கு உயிராக நினைக்கும் ஒருவரைப் பற்றி எப்படி அவதூறாக எழுதுவேன்? என்னால் கற்பனை கூட செய்ய முடியவில்லை. சரி, என்ன எழுதியிருந்தேன் என்று சொல்லுங்கள் என்றேன். அவருக்கு ஞாபகம் இல்லை. “ஆனா படிச்சுக் காமிச்சாப்பா” என்று சொல்லிக் கொண்டே இருந்தார்.

இன்னொரு உதாரணம். தபால் இலாகாவில் ராமச்சந்திரன் என்று ஒரு பிஎம்ஜி இருந்தார். ஒருமுறை எங்கள் இலாகா பற்றி எழுதும் போது தியோடர் பாஸ்கரன், ராமச்சந்திரன் இருவரும் இருந்திராவிட்டால் என் துறையிலிருந்து இதற்கும் முன்பே ராஜினாமா செய்து விட்டு வெளியே வந்திருப்பேன்; அவர்கள் இருவரும் மகாத்மா போன்றவர்கள் என்று எழுதினேன். மறுநாள் ராமச்சந்திரன் எனக்கு போன் பண்ணினார். அறிவழகன், என்ன... என்னைத் திட்டி ஏதோ எழுதியிருக்கீங்களாம்ல, என்ன விஷயம் என்று கேட்டார். படிச்சிங்களா சார் என்று கேட்டேன். இல்ல, ஒத்தர் சொன்னார் என்றார். இல்ல சார், பாராட்டித்தான் எழுதினேன் என்று சொல்லி போனை வைத்து விட்டேன். விளக்கவில்லை.

நீங்களும் அந்த ராமச்சந்திரன் சார் மாதிரிதான் எழுதியிருக்கிறீர்கள் ஜெயமோகன்.

மேலும் ஒரு விஷயம் ஜெ. உங்களுக்கும் எனக்கும் நிறைய வேலை இருக்கிறது. இம்மாதிரி விஷயங்களில் கவனம் செலுத்தாதீர்கள். நீங்கள் குடிக்க மாட்டீர்கள், தெரியும். அதனால் ஒரு மாறுதலுக்காக இம்மாதிரி விஷயங்களில் கொஞ்சம் விளையாடுகிறேன் என்று சொன்னால் அதில் எனக்கு ஆட்சேபணை இல்லை. ஆனால் நான் இனி இது பற்றி எதுவும் எழுத மாட்டேன். எனக்கு அறுபத்தேழு வயது ஆகிறது.

இன்னும் இருபது ஆண்டுகள் நான் ஒரு நிமிடத்தைக் கூட வீணடிக்காமல் எழுதியாக வேண்டும். இனிமேல் எந்தவொரு தூண்டுதல் வந்தாலும் இது போன்ற அக்கப்போர்களில் ஈடுபடக் கூடாது என்று பிரதிக்ஞை செய்து கொள்கிறேன். இன்றும்.

சமீபத்தில் கூட உங்கள் யா தேவி படித்து ஸ்ரீவில்லிபுத்தூர் ராகவனிடம் அரை மணி நேரம் கடுமையாக விமர்சித்துக் கொண்டிருந்தேன். அதன் பெயர் திட்டா? சரி, எப்படியோ. அதைக் கூட இனிமேல் நான் எழுத மாட்டேன். இனி என் வாழ்வில் எதிர்மறையாக எதுவும் எழுதுவதில்லை என்று இருக்கிறேன். இலக்கியத்தில், சிந்தனைத் துறையில் நீங்கள் ஒரு துருவம். நான் ஒரு துருவம். இருவரும் இருவேறு முரண்பட்ட, எதிரெதிர் நிலைப்பாடுகளை, தத்துவப் போக்குகளை, ரசனைகளை பிரதிநிதித்துவப் படுத்துகிறோம் என்பதை நான் எப்போதுமே உணர்ந்து வந்திருக்கிறேன். இது தமிழின் பெருமை இல்லையா? இது போன்ற இருவேறு சிந்தனைப் பள்ளிகள் மலையாளத்திலோ கன்னடத்திலோ வங்கத்திலோ மராட்டியிலோ இந்தியிலோ உண்டா? இதைப் புரிந்து கொள்ளாமல் ஜனரஞ்சகர்கள் ஜெயமோகனும் சாருவும் சண்டை போடுகிறார்கள் என்று மலினமாகப் புரிந்து கொள்கிறார்கள். விஞ்ஞானி மயில்சாமி அண்ணாதுரை ஒருமுறை என்னிடம் நேரில் சொன்னார்: ”நீங்களும் ஜெயமோகனும் சண்டை போட்டுக்காம இருந்தாலே தமிழ் இலக்கியத்துக்கு நிறைய விருது கிடைக்கும்.” நான் அவரிடம் ”அவன் என் தம்பி; அதனால்தான் அவனும் நானும் சண்டை போட்டுக் கொள்கிறோம். ஒரு குடும்பத்துல அண்ணன் தம்பி சண்டை சகஜம்தான் இல்லியா?” என்றேன் சிரித்துக் கொண்டே.

உங்கள் பையனையும் மகளையும் நான் எப்போதுமே நேசிப்பவன். சினிமா தொடர்பான நண்பர்களை எப்போது சந்தித்தாலும் அஜிதன் என்ன செய்கிறான் என்று நான் விசாரிக்காமல் இருந்ததே இல்லை. உங்கள் மகள் ஒரு ப்ராடிஜி என்பதும் எனக்குத் தெரியும். என்றும் அவர்களுக்கு என் ஆசீர்வாதமும் அன்பும் உண்டு.

கடைசியாக, தமிழ்நாட்டில் இரண்டு பேர் மீதுதான் கடுமையான எதிர்மறையான புனைவுகள் உண்டு. ஒன்று, உங்கள் நண்பர் கமல்ஹாசன், அடுத்து அடியேன். அதிலும் ஒரு வித்தியாசம் உண்டு. கமல் மீதான எதிர்மறைப் புனைவுகளை எல்லோரும் ரசிக்கிறார்கள். ஆனால் என் மீது கொலைவெறி வன்மம் கொள்கிறார்கள்.

உங்களைத் திட்டுவோர் பலர் உண்டு. அதிகமாகத் திட்டு வாங்கிய எழுத்தாளரும் நீங்கள்தான். ஆனால் எனக்கும் கமலுக்கும் இருப்பது போன்ற பொய்யான புனைவுகள் உங்கள் மீது இல்லை. அது உங்கள் நல்லதிர்ஷ்டம். குடித்து விட்டு வந்து அவந்திகாவை தினமும் அடிக்கிறேன் என்று கூட என்னைப் பற்றி ஒரு புனைவு. சிரித்து விட்டுக் கடந்து போகிறேன். ஒரு தற்கொலைப் படையே நம் இருவரைச் சுற்றியும் நின்று கொண்டிருக்கும் போது இது போன்ற வசவுகளையும் எதிர்மறைப் புனைவுகளையும் கடந்துதான் ஆக வேண்டும் இல்லையா?

டியர் ஜெ., சென்ற ஆண்டு ஒரு மளிகைக்கடைக்கார ரவுடி உங்களைத் தாக்கிய போது கூட நான் உங்கள் சார்பாகத்தான் பேசினேன் என்பதையும் உங்களுக்கு ஞாபகப்படுத்துகிறேன். கேரளத்தில் இப்படி ஒரு எழுத்தாளர் தாக்கப்பட்டிருக்கவே மாட்டார் என்று சொன்னேன்.

உங்களை என்றும் நேசிக்கும்,

அடியேன்
சாரு

22.2.2020

26. ஜெயமோகனும் நானும்...

ஜெயமோகனுக்குக் கடிதம் எழுதி விட்டுப் பார்த்த போது ஒரு விஷயம் ஞாபகம் வந்தது. அமெரிக்காவில் வசிக்கும் ஒரு ஆள் ஜெயமோகனின் கூடாரத்தில் இருந்தவர் ஏதோ காரணத்தால் ஜெயமோகனைப் பகைத்துக் கொண்டு என் பக்கம் வந்து முழ நீளத்துக்கு அவரை அவமதித்து ஆங்கிலத்தில் ஒரு கடிதம் எழுதியிருந்தார். அந்தக் கடிதத்தைப் பிரசுரம் செய்து அந்த ஆளைக் கன்னாபின்னா என்று திட்டி ஒரு பெரிய கட்டுரை எழுதினேன். அதற்குப் பிறகு நடந்ததுதான் வேடிக்கை. இன்று அதே ஆள் ஜெயமோகனின் தானைத் தளபதிகளில் ஒருவர். எனக்கு அந்த ஆளின் கடிதத்தை இன்னமும் மறக்க முடியவில்லை. என்ன ஒரு வன்மம். ஒரு எழுத்தாளனின் மீது என்ன ஒரு அவமரியாதை! இப்போது அதே ஆள் என்னைத் திட்டிக் கொண்டிருக்கிறார். இவர்களெல்லாம் என்ன இலக்கியத்தைப் படித்து மயிர் பிடுங்கப் போகிறார்கள்? அந்தக் கட்டுரையில் நான் எழுதியிருந்தது நன்கு ஞாபகம் இருக்கிறது. ஜெயமோகனைத் திட்டினால் நான் குஷியாகி விடுவேன் என்று நினைத்து விட்டார் போலிருக்கிறது. இதில் ஆங்கில மயிர் வேறு! ராஸ்கல்ஸ். அதைப் போலவேதான் மாவு மேட்டரிலும் நடந்தது. எப்போதடா எழுத்தாளன் வழுக்கி விழுவான், சவுக்கை எடுப்போம் என்று இந்த சமூகமே காத்துக் கிடந்தது போல் ஜெயமோகனைத் திட்டினார்கள். அவர்

மருத்துவமனையில் இருந்ததைப் புகைப்படம் போட்டால் பக்கத்தில் வாட்டர் பாட்டில் இருந்ததற்கு என்ன திட்டு திட்டினார்கள்! தொலைக்காட்சிகளில் கூட திட்டினார்கள். ஜெயமோகனின் நண்பர் என்று சொல்லிக் கொள்ளும் ஒரு பேர்வழி வேறு ”வகைதொகை தெரியாமல் கேஸ் ஸ்ட்ராங் ஆவதற்காக ஜெயமோகன் மருத்துவமனையில் இருக்கிறார்” என்று எழுதித் தொலைத்தது. பெண்ணின் மீது மாவை விட்டெறிந்தார் என்று பெண்ணியவாதிகளும் ஜெ. மீது வசை பாடினார்கள். நான் மட்டுமே ஜெயமோகனின் பக்கம் வாதிட்டேன். எழுத்தாளன் அப்படித்தாண்டா இருப்பான், நீங்கள் யாரடா மூடப் பதர்களே அவனை விமர்சிப்பதற்கு என்று கேட்டேன். இதுவே ஒரு டிவி நடிகன் என்றால் ஓடிப் போய் சேவகம் செய்வான் அல்லவா அந்த ரவுடி? அதைத்தான் கேட்டேன். இந்த சமூகம் எழுத்தாளனை மதிக்காத சமூகம். இங்கே நாம்தான் சூதானமாக இருந்து கொள்ள வேண்டும். ஜெயமோகன் தன் அதிகாரத்தைப் பயன்படுத்தத் தெரியாதவர். அது அவரது வாழ்க்கை முறை. அந்த ஊர்ப் பக்கமெல்லாம் ரொம்ப சூதுவாதான மனிதர்கள் நிரம்பிய பகுதி. அங்கே போய் இப்படி ஒரு அப்புரானியான மனிதர் வாழ்வது எனக்கு எப்போதுமே ஆச்சரியம்தான். என் நண்பர்களிடம் அடிக்கடி இது பற்றி நான் சொல்லி ஆச்சரியப்படுவதுண்டு.

இப்படி கடந்த முப்பது ஆண்டுகளாக எந்த ஒரு தருணத்திலும் நான் ஜெயமோகனை விட்டுக் கொடுத்ததில்லை. அவரைக் கடுமையாகத் திட்டிக் கொண்டிருந்த காலத்திலும் கூட. இந்த விஷயம் பிச்சைக்காரனின் இந்தக் கடிதத்தைப் படித்ததும் ஞாபகம் வந்தது.

அன்புள்ள சாரு,

ஜெயமோகனை உங்கள் குடும்பத்தில் ஒருவராக நினைப்பதாக எழுதியிருக்கிறீர்கள். ஜெயமோகனுடன் கருத்தியல் ரீதியான கடும் மோதலில் நீங்கள் ஈடுபட்டிருந்த காலகட்டத்தில், ஒரு வாசகர் ஜெயமோகனைத் தவறாக பேசினால் நீங்கள் பாராட்டுவீர்கள் என நினைத்து அவரைத் தவறாக பேசினார்.

அவரை கடுமையாக திட்டி அவரை உங்கள் நட்பு வட்டத்தில் இருந்தே வெளியேற்றினீர்கள்.

அந்த காலகட்டத்தில் வெளிவந்த கட்டுரைகளில் அவரது மகன் குறித்து உரிமை கலந்த அன்புடன் குறிப்பிட்டிருப்பீர்கள். நானும் அவனும் ரஜினி ரசிகர்கள் என்ற முறையில் எங்களுக்குள் பேச பல விஷயங்கள் இருந்தன என சிறுவனாக இருந்த அஜிதனைக் குறிப்பிட்டு எழுதியிருப்பீர்கள்.தனிப்பட்ட முறையில் பேசும்போதுகூட அனைவரையும் உயர்வாகக் குறிப்பிட்டாலும் ஜெயமோகனை விசேட மரியாதையுடன் குறிப்பிடுவதை பலரும் அறிவார்கள்.

எழுத்தாளர்களை தமிழச் சமூகம் மதிப்பதில்லை என எழுதும்போது , இப்படி எழுதியிருப்பீர்கள் ; என்னையெல்லாம் விடுங்கள். ஜெயமோகனெல்லாம் ஐரோப்பிய நாடுகளில் பிறந்திருந்தால் சொற்பொழிவுகளில் மட்டுமே லட்சக்கணக்கில் ஊதியம் பெற்றிருப்பார் என எழுதியிருப்பீர்கள். இவையெல்லாம் அவரை கடுமையாக விமர்சித்து வந்த காலகட்டத்தில்...

இப்போது ஒரு ஞானி போல கனிந்த நிலையில் இருக்கும் நீங்கள் அவரை உங்கள் நூல்களில் உரைகளில் தொடர்ந்து மேற்கோள் காட்டுவது வேறு விஷயம். பழைய கால கட்டத்திலுமேகூட அவர் மீதான மரியாதையை பதிவு செய்திருக்கிறீரகள் என்பதுதான் வரலாறு. சில எழுத்தாளர்களின் நூல்களை உங்கள் வாசகர்கள் படிப்பதைப் பாரத்தால் உரிமையுடன் கண்டிப்பீர்கள். ஆனால் ஜெயமோகன் எழுத்துடன் கருத்தியல்ரீதியான விமர்சனங்கள் இருந்தாலும் அவரை உயர்வாகவே குறிப்பிட்டுவந்திருக்கிறீர்கள். பழையவற்றை நினைத்துப்பார்த்தால் உங்கள் மீதான நேசம் அதிகரிக்கிறது

லவ் யூ சாரு

அன்புடன்,
பிச்சைக்காரன்.

22.2.2020.

27. குடியுரிமைச் சட்டமும், அதைத் தொடர்ந்த படுகொலைகளும்...

பல சமயங்களில் என் கருத்துக்கள் திரிக்கப்பட்டு புரிந்து கொள்ளப்படுகின்றன. அதற்கு நான் ஒரு விளக்கம் கொடுக்கிறேன். ஆனாலும் அந்த விளக்கம் காற்றில் விடப்பட்டு என்னுடைய திரிக்கப்பட்ட கருத்தே நிலைபெற்று விடுகிறது. ஐந்து ஆண்டுகள் கடந்தும் கூட சாரு ஒரு எழுத்தாளனின் படுகொலையை நியாயப்படுத்தினார் என்று சக எழுத்தாளர்கள் தங்கள் நேர்காணல்களில் சொல்ல நேர்கிறது. பிறகு நான் அதற்கும் ஒரு விளக்கம் கொடுக்க நேர்கிறது. எப்படி? ஐந்து ஆண்டுகளுக்கு முன் சொன்ன விளக்கத்தையே. இப்படியே என் திரிக்கப்பட்ட கருத்தே வரலாற்றில் பதிவாகிறது. கல்புர்கி கொலையைத்தான் சொல்கிறேன். கல்புர்கி இந்து மதத்தைத் தாக்கி எழுதிக் கொண்டிருந்தார். இந்தியா போன்ற ஒரு காட்டுமிராண்டி தேசத்தில் வாழ்ந்து கொண்டு, தேசமே மதத்துவேஷத்தில் இருந்து கொண்டிருக்கும் போது, அதிலும் அவருக்குத் தொடர்ந்து கொலை மிரட்டல் வந்து கொண்டிருந்த நேரத்தில் மீண்டும் மீண்டும் இந்து மதத்தைத் தாக்கினார். இதே விஷயத்தை அவர் இஸ்லாம் பற்றிச் செய்திருந்தாலும் அதுதானே நடக்கும்? சல்மான் ருஷ்டி மேற்கத்திய நாட்டில் வாழ்ந்து கொண்டிருந்தாலும் அப்படித்தானே ஆனது? இன்றைய நிலையில் மத சகிப்புத்தன்மை என்பது கிறித்தவத்தில் மட்டுமே

உள்ளது. இந்து மதத்தில் முன்பு இருந்தது. ஐம்பது ஆண்டுகளுக்கு முன்பு. இப்போது இல்லை. அதற்கும் என்ன காரணம் என்றால், இந்து மதமே அழிந்து விடும் என்று இந்துக்கள் நம்புகிறார்கள். அதனால்தான் பண நீக்க நடவடிக்கை என்ற மக்கள் விரோத நடவடிக்கையில் ஈடுபட்ட மோடியை மீண்டும் தேர்தலில் தேர்ந்தெடுத்தார்கள். இந்து மதத்தை மோடி என்ற ஃபாஸிஸ்ட் காப்பாற்றுவார் என்று இந்துக்கள் நம்புகிறார்கள். ஒரு மதத்தை ஒரு ஃபாஸிஸ்ட் எப்படிக் காப்பாற்ற முடியும் என்பதும், அப்படியெல்லாம் இந்து மதம் அழிந்து விடாது என்றும் அவர்களுக்குத் தெரியவில்லை. இந்தியா போன்ற அறிவிலிகளின் தேசத்தில் மதம் என்பது ஒவ்வொருவரின் உயிரை விட மேலானதாக எல்லோரும் நம்புகிறார்கள். நான் என்ன சொன்னேன் என்றால், இந்த அளவு கொலை மிரட்டல் வந்து கொண்டிருக்கும் போது நீங்கள் ஏன் இந்து மதத்தைத் தாக்குகிறீர்கள்? கொல்லப்படுவோம் என்று தெரியாதா? கடலில் போய் குதித்து விட்டு கடல் கொன்று விட்டது கடல் கொன்று விட்டது என்று கத்தினால் என்ன அர்த்தம்? இந்தியாவில்தான் மதத்தைப் பொருத்தவரை கருத்துச் சுதந்திரம் இல்லை என்று ஆகி விட்டதே? அப்புறம் என்ன? இஸ்லாம் பற்றி கல்புர்கி இப்படி விமர்சனம் பண்ணியிருக்க முடியுமா? அதற்கும் இதேதானே நடந்திருக்கும்?

மேற்கூறிய காரணங்களால்தான், குடியுரிமைச் சட்டம் பற்றியும் தில்லிக் கலவரம் பற்றியும் நான் எதுவும் எழுதவில்லை. எல்லா சட்டத்துக்கும் தெருவில் இறங்கிப் போராடினால் அப்புறம் எந்த சட்டத்தையும் கொண்டு வர முடியாது. அந்தச் சட்டத்தில் பிரச்சினை இருந்தால் அதை நாம் நீதிமன்றத்தில்தான் தீர்த்திருக்க வேண்டும். தெருவில் வந்து போராடி இத்தனை பேரை பலி கொடுக்க வேண்டுமா? கலவரம் தில்லியில் நடந்தது என்பதை விட கிழக்கு தில்லியில் நடந்தது என்பதை கவனியுங்கள். இதே கிழக்கு தில்லியில்தான் திர்லோக்புரி படுகொலைகள் நடந்தன. ஒரே குறிப்பிட்ட பகுதியில் 2000 சீக்கியர்கள் உயிரோடு எரித்துக் கொல்லப்பட்டார்கள். அதற்கு நான் சாட்சியாக இருந்தேன். கலவரத்தில் ஈடுபவர்களை இந்துக்கள், முஸ்லீம்கள் என்று

சொல்வதை விட அவர்களை லும்பன்கள் என்று அழைப்பதே பொருந்தும். கிழக்கு தில்லி பூராவும் லும்பன்கள்தான் அதிகம். காரணம், இந்திய சமூகம் அவ்வாறாகத்தான் விளிம்புநிலை மனிதர்களை உருவாக்கிக் கொண்டே வருகிறது. அவர்கள் வெறிநாய்களைப் போன்றவர்கள். எல்லா விளிம்புநிலை மனிதர்களையும் சொல்லவில்லை. ஆனால் லும்பன்கள் அங்கிருந்துதான் உருவாகிறார்கள். மாதம் ஒரு லட்ச ரூபாய் சம்பளம் வாங்குபவன் கலவரத்தில் ஈடுபடுவதில்லை. கலவரத்தில் ஈடுபடுபவர்கள் இழப்பதற்கு ஏதுமற்றவர்கள். அவர்களுக்கு மதவெறி என்பது போதை. தங்களின் அர்த்தமற்ற வாழ்வுக்கு இப்படி கலவரத்திலும் கொலைகளிலும் ஈடுபடுவதன் மூலம் அவர்கள் அந்த அர்த்தமற்ற தன்மையைத் தாண்டுவதாக நினைத்துக் கொள்கிறார்கள். இப்படிப்பட்ட மதவெறி சமூகத்தை உருவாக்கிக் கொண்டிருப்பதற்காக நாம்தான் வெட்கப்பட வேண்டும். அந்த லும்பன்கள் ஒன்றும் மேட்டுக்குடி பள்ளிகளில் படித்தவர்கள் அல்ல என்பதை ஊன்றி கவனியுங்கள். நான் சொல்வது புரியும்.

இந்தியாவில் வாழும் ஒவ்வொரு மனிதனும் நான் இந்துக்களை மட்டும் சொல்லவில்லை; இங்கே மதச்சார்பற்ற தன்மை என்பது இந்துக்களையும் இந்து மதத்தையும் திட்டுவது என்பதாகவே மலினப்பட்டுக் கிடக்கிறது; அந்த வளையத்தில் நான் வர மாட்டேன் இங்கே வாழும் ஒவ்வொருவரும் தங்கள் மத அடையாளத்தை வீட்டிலேயே வைத்து விட்டு வந்தால்தான் இந்தியாவில் மதக் கலவரம் நடக்காது. இது ஐரோப்பாவில் சாத்தியமாகி இருக்கிறது. கடவுள் வழிபாடு, மத நம்பிக்கை என்பதெல்லாம் வீட்டுக்குள்ளேயே இருக்க வேண்டும். ஆனால் இதெல்லாம் என்னைப் போன்ற ஒரு பைத்தியக்காரனின் கனவு. இங்கே உள்ள பெரும்பான்மையோர் நாத்திகவாதிகளைத் தவிர பெரும்பான்மையோர் - தங்கள் சாதியையும் மதத்தையும் உள்ளூர நேசிப்பவர்களாகவே இருக்கிறார்கள். மத நேயம் என்பது இப்படித்தான் இந்த நிலைமைக்குத்தான் கொண்டு செல்லும்.

5.3.2020.

28. தமிழ்

இளம் தமிழ் எழுத்தாளர்களின் தமிழ் மிகவும் கவலைக்கிடமாக உள்ளது. ஒட்டு மொத்தமாகவே தமிழ்நாட்டில் எழுத்துத் தமிழ் செத்து விட்டது. பத்தாயிரத்தில் ஒருவருக்குக் கூட சரியாகத் தமிழ் எழுதத் தெரியவில்லை. அதிலும் எழுத்தாளர்களின் நிலைதான் மிகவும் கவலைக்கிடம். இந்த உயிராபத்துப் பிரச்சினையிலிருந்து தப்பி இப்போது பிழையற்ற தமிழை எழுதுபவர் சாதனா ஒருவரே. ஏனென்றால், முன்பு அவருடைய பிரதி "இனிமேல் இவருடைய தமிழ் தேறவே வாய்ப்பில்லை" என்று நினைக்கக் கூடிய நிலையில் இருந்தது. ஆனால் பிரதியின் உள்ளடக்கம் உலகத் தரம் என்பதால் சில கதைகளைத் திருத்தம் செய்து நான் எங்கெங்கே திருத்தம் செய்திருக்கிறேன், எப்படித் திருத்தம் செய்திருக்கிறேன் என்பதை சிவப்பு மையில் குறிப்பிட்டு அவருக்கு அனுப்பினேன். அந்தத் திருத்தப்பட்ட பிரதி எல்லா எழுத்தாளர்களுக்குமே பாடமாக இருக்கும். என்ன சொல்ல வந்தேன் என்றால், சமீபத்தில் படித்த சாதனாவின் கதையில் உள்ளடக்கம் அத்தனை பிரமாதம் என்று சொல்ல முடியவில்லை என்றாலும் கதையில் பிழைகளே இல்லை. ஒன்றிரண்டுதான் இருந்தன. உடனே அவரைப் பாராட்டி எழுதினேன்.

தாங்கவே முடியாத அளவுக்குப் பிழைகளோடு எழுதுபவர்களில் முதன்மையானவராக இருப்பவர் என் அன்புக்குரிய அராத்து. ஒரு வாக்கியத்தில் மூன்று பிழை. ஆனால் அப்படிப்பட்டவரே சமீபத்தில் என்னை இன்ப அதிர்ச்சியில் தள்ளினார். அவர் எழுதிய சமீபத்திய பிரதியை அனுப்பியிருந்தார். பார்த்தால் ஒரு பிழை இல்லை. எனக்கு அனுப்ப வேண்டுமே என்று கண்ணில் விளக்கெண்ணெய் போட்டுக் கொண்டு பார்த்தாராம். ஆக, அவருக்குப் பிழையின்றி எழுதத் தெரிகிறது. ஆனால் குரல் மூலம் தட்டச்சுக் காரியத்தை நடாத்துவதால் கன்னாபின்னாவென்று பிழைகள். இந்த ஒற்றுப் பிழை ஒற்றுப் பிழை என்று சொல்கிறேனா? யாரும் ஒற்று எழுத்தே போடுவதில்லை என்கிறேனா? போட்டுத்தள்ளு என்று எங்கெல்லாம் ஒற்று வரக் கூடாதோ அங்கே மட்டும் ஒற்றைப் போடுகிறார்கள். ஆனால் எங்கே வர வேண்டுமோ அங்கே ஒற்று இல்லாமல் தொம்மையாகக் கிடக்கிறது பிரதி. இதில் முதலில் வருபவர் வேறு ஒரு நண்பர். பெயர் சொல்ல எனக்கு உரிமை உண்டா என்று தெரியவில்லை. அராத்துவிடம் மட்டுமே கேட்காமல் உரிமை எடுத்துக் கொள்கிறேன். இன்னொரு நண்பர், பக்கத்துக்கு பத்து ஒற்றுப் பிழைகள். பதினைந்து நிறுத்தற்குறிப் பிழைகள். ஆகா... இம்மாதிரி பிரதிகளையெல்லாம் வாசிக்கும் நான் பெரிய பாக்கியசாலி.

கண்மணிகளே, நான் தி.ஜானகிராமனிலோ அசோகமித்திரனிலோ எம்.வி.வெங்கட்ராமிலோ, ஆதவனிலோ, புதுமைப்பித்தனிலோ, கு.ப.ராஜகோபாலனிலோ, கரிச்சான் குஞ்சுவிலோ, தி.ஜ. ரங்கநாதனிலோ, லா.ச.ரா.விலோ ஒரு பிழை ஒரே ஒரு பிழை கூடப் பார்த்ததில்லை. ஆமாம், நீங்களெல்லாம் எங்கேதான் தமிழ் படித்தீர்கள்? எனக்குமே இலக்கணம் தெரியாது. ஆனால் என்னிடம் ஏன் பிழை இல்லை? இதைக் கொஞ்சம் ஆராய்ச்சி செய்யுங்கள், ப்ளீஸ்.

ஒற்றுப் பிழைகளோடு தமிழ் வாசிப்பது கற்கள் கிடக்கும் சோறு தின்பது போல் உள்ளது. அதிலும் ஒற்று இல்லாவிட்டாலும் போகிறது; ஒற்று போடுகிறேன் என்று “பெரும்பாலானப்

பெண்கள்” என்று எழுதினால் நான் என்னதான் செய்யட்டும்? வேறு யாராகவாவது இருந்தால் உடனடியாக ’ப்ளாக்’ பண்ணி விடுவேன். எழுதியிருப்பதோ என் வாரிசு! இப்படி நான் கட்டுரைதான் எழுத முடியும். எனக்கும் இலக்கணம் தெரியாது என்று சொன்னேனா? ”பெரும்பாலானப் பெண்கள்” என்று சாமி சத்தியமாக வராது. ஓ, மெல்லினத்தோடு (ன) வல்லினம் (பெ) சேரும் போது ஒற்று வராதோ என்று எனக்கு நானே கேட்டுக் கொண்டேன். இல்லையே? காமக் கிழத்தி. வருகிறதே. அப்படியானால் பெரும்பாலான பெண்களில் ஏன் ”ப்” வராது? ராமசேஷனைப் பிடித்தேன். நான் அவர் மீது கொஞ்சம் வருத்தத்தில் இருந்தேன். பிரியாணி உண்டால் கொலஸ்ட்ரால் ஏறுகிறது; தயிர் சாதம் சாப்பிட்டால் அப்படி ஆவதில்லை; தயிர் சாதம் நல்ல உணவு என்று ஒரு இனவாத மூடன் (அந்த மூடன் ஒரு பிராமணன்) சொன்னதை ஆதரித்து முகநூலில் பதிவு போட்டிருந்ததால் ராமசேஷன் மீது கொஞ்சம் வருத்தத்தில் இருந்தேனா? இருந்தாலும் நமக்குக் காரியம் ஆக வேண்டுமே? அதுவும் பொதுக் காரியம். இதிலெல்லாம் வெட்கம் மானம் சூடு சொரணை எதுவும் வைத்துக் கொள்ளக் கூடாது என்று ராமசேஷனை நாடினேன். அவர் சொன்னார், ஆன என்று ஒரு குணரீதியான விவரணம் வரும் போது ஒற்று வராது. ”அழகானப் பெண்”. தப்பு.

கொஞ்சம் தயை கூர்ந்து தமிழைக் காப்பாற்றுங்கள்.

6.3.2020

29. உணவும் ஃபாஸிஸமும்

இஸ்கான் அமைப்பு (*The International Society for Krishna Consciousness*) பற்றி உங்களுக்குத் தெரிந்திருக்கும். தெரியவில்லையெனில் இணையத்தில் தேடிப் படித்துக் கொள்ளலாம். என்னுடைய மிக நெருங்கிய நண்பர்கள் சிலர் இஸ்கான் அமைப்பைச் சேர்ந்தவர்கள். மிக நெருங்கிய நண்பர்கள் என்றால், என் உயிருக்காகவும் என் வாழ்வுக்காகவும் நான் கடன்பட்டவர்கள் என்று பொருள். அவர்களோடு நான் இஸ்கான் பற்றி ஒருபோதும் விவாதித்ததில்லை. விவாதிக்கப் போவதும் இல்லை.

பொதுவாகவே நெருக்கமான நண்பர்களோடு நான் முரண்படும் விஷயங்கள் பற்றி விவாதிப்பதில்லை என்ற பழக்கத்தை நாற்பது ஆண்டுகளாகவே கடைப்பிடித்து வருகிறேன். ஏனென்றால், பெரும்பாலான விவாதங்கள் வெட்டிச்சண்டைகளாகவே இருப்பதைத் தொடர்ந்து கவனித்து வருகிறேன். மேலும், ஒருபோதும் நான் மற்றவர்களால் மதமாற்றம் அல்லது கருத்து மாற்றம் செய்யப்படுவதை விரும்புவதில்லை. அதேபோல் மற்றவர்களையும் என் கருத்தை ஒப்புக்கொள்ளச் சொல்லி வற்புறுத்துவதோ அல்லது அவர்கள் என் கருத்தை நோக்கி வருவதையோ நான் விரும்புவதில்லை.

மேலும், மிஷல் ஃபூக்கோ *(Michel Foucault)*, ரொலான் பார்த் *(Roland Barthes)*, ஜாக் தெரிதா *(Jacques Derrida)* போன்றவர்களை நன்கு கற்று உணராதவர்களோடு விவாதிப்பதை நேர விரயம் என்று நினைப்பவன் நான். ஆனால் பெரும் துரதிர்ஷ்டம் என்னவென்றால் தமிழ்ச் சூழலில் மேற்கூறிய ஃப்ரெஞ்ச் தத்துவவாதிளை நன்கு கற்று உணர்ந்தவர்கள் அத்தத்துவவாதிகளின் பெயர்களைக் கூட அறிந்திராத சவலைப்பிள்ளைகளை விட தங்கள் சிந்தனையிலும் செயல்பாடுகளிலும் மோசமான நிலையில் இருக்கிறார்கள். பச்சையாகச் சொன்னால், ஃபூக்கோவைத் தெரியாத காமன்மேனை விட ஃபூக்கோவில் பிஹெச்.டி. ஆய்வு செய்தவர் மூடராக இருக்கிறார். தமிழ்ச் சூழலில். இது ஒன்றும் ஆச்சரியம் கொள்ளத்தக்கதல்ல. ஒரு முன்னாள் அமெரிக்க அதிபர் சென்னை வந்தபோது அவருக்கு சென்னையில் ஐம்பது அடி கட்-அவுட் வைக்கப்பட்டது. வைத்தது அமெரிக்கத் தூதரகம். வில்லியம் பர்ரோஸே *(William Burroughs)* தமிழில் எழுதினால் நவீன கந்த புராணம்தான் எழுதுவார் போலிருக்கிறது. தமிழ் ஸ்ட்ரக்சுரலிஸ்டுகள் அந்த அளவுக்கு என்னை அதிர்ச்சியில் ஆழ்த்தினார்கள். உதாரணமாக, மிஷல் ஃபூக்கோவைத் தலைகீழாக ஒப்பிக்கக் கூடிய ஒரு அன்பர் தமிழ்நாட்டு சமூகவியல், அரசியல் பற்றிப் பேச ஆரம்பித்தால் நம்முடைய எஸ்.வி. சேகர் மாதிரி பேசுகிறார். இன்னொரு திராவிட ஸ்ட்ரக்சுரலிஸ்டோ நம்முடைய மு. வரதராசனார் மாதிரி பேசுகிறார். இதெல்லாம் முப்பத்தைந்து ஆண்டுகளாக என்னுள் குமுறும் ஆச்சரியம். அதனால்தான் நான் காமன்மேனுடனும் விவாதிப்பதில்லை; ஃபூக்கோ படித்த மேதாவிகளுடனும் விவாதிப்பதில்லை.

இந்த நிலையில் இஸ்கான் அமைப்பின் ஒரு செயல்பாடு தமிழகச் சூழலில் விமர்சனங்களை உண்டாக்கியிருக்கிறது. தமிழ்நாட்டு அரசுப் பள்ளிகளில் மதிய உணவுத் திட்டம் அமலில் இருப்பது நமக்குத் தெரியும். ஆனால் பல குழந்தைகளுக்குக் காலை உணவு கிடைப்பதில்லை. அந்தக் காலை உணவைத் தருவதற்கு இஸ்கான் அமைப்பு முன்வந்துள்ளது. இதற்கு

ஆகும் செலவில் ஒரு பகுதியைத் தமிழக அரசு ஏற்கிறது. அதாவது, மக்களின் பணம். இதுவரை எந்தப் பிரச்சினையும் இல்லை. வரவேற்கப்பட வேண்டிய விஷயம். ஆனால் இஸ்கான் அமைப்பு தாங்கள் வழங்கும் உணவில் பூண்டும் வெங்காயமும் இருக்காது என்று தெரிவிக்கிறது. இங்கேதான் பிரச்சினை. பெருவாரியான மக்களின் உணவுப் பழக்கத்தைத் தீர்மானிக்க மேட்டுக்குடியினரான நீங்கள் யார்? தமிழ்நாட்டில் பூண்டும் வெங்காயமும் இல்லாத உணவை உண்போர் யார்? முழுக்க முழுக்க பிராமணர். ஜைனர்களை விட்டு விடுவோம். அவர்கள் எண்ணிக்கையில் மிகவும் கம்மி. மேலும், ஜைன மதம் இந்தியாவில் பரவாததற்குக் காரணமே அந்த மதம் உடலையும் உடல் சார்ந்த கலாச்சாரத்தையும் விலக்கி வைத்தது என்பதனால்தான். அந்த வகையில் இந்து மதம் உடலைக் கொண்டாடிய மதம் என்று சொல்லலாம். உலக அளவிலேயே மற்ற மதங்கள் உடலையும் உடல் சார்ந்த விஷயங்களையும் பாவம் என்று கருதியபோது இந்து மதம் மட்டுமே உடலைக் கொண்டாடியது. உடல் சார்ந்த இச்சைகளைக் கொண்டாடியது. காமத்துக்காக ஒரு சாஸ்திரத்தையே உருவாக்கியது. உடலை மறுக்கும், உடல் இச்சைகளை பாவம் எனக் கருதும் மற்ற மதக் கோட்பாடுகளுக்கு மத்தியில் உடலையும் உடல் இச்சைகளையும் கொண்டாடி பல்வேறு காமச் சிற்பங்களை தம் மக்களின் வழிபாட்டுத் தலங்களில் இடம்பெறச் செய்தது இந்து மதம்.

ஆனாலும் இந்து மதத்தின் சாதிப்படிநிலையில் உச்சத்தில் இருந்த பிராமணர் உடல் இச்சையைத் தூண்டக் கூடியதாகக் கருதப்படும் பூண்டையும் வெங்காயத்தையும் ஒதுக்கினர். இதைக் கூட அவரவர் சார்ந்த கலாச்சாரம் என்று கடந்து போகலாம். யாருடைய உணவுப் பழக்கத்தையும் விமர்சனம் செய்ய யாருக்கும் உரிமை இல்லை. பசுவின் இறைச்சியை உண்பதைக் குறித்த மகாத்மாவின் கருத்துக்களை நீங்கள் அவசியம் படித்துப் பார்க்க வேண்டும். என் வழிபாட்டுக்குரிய அந்த விலங்கை உண்பது குறித்து நீங்கள் பரிசீலனை செய்ய வேண்டும் என்று மட்டுமே என் இஸ்லாமிய சகோதரர்களிடம் வேண்டிக் கொள்வேன் என்றுதான் அவர் குறிப்பிடுகிறார். மற்றபடி, அதை

உண்பது பற்றி அவர் ஒரு வார்த்தை கூட எதிர்மறையாகச் சொல்வதில்லை. ஆனால் வெங்காயம் பூண்டைத் தங்கள் உணவில் தவிர்ப்பவர்கள் அப்படித் தவிர்க்காதவர்களை நோக்கி நீங்கள் இழிந்தவர்கள் என்கிறார்கள். இப்படி முதலில் சொன்னது பகவத் கீதை. நான் கீதையின் *interpretations*-ஐ இங்கே குறிப்பிடவில்லை. சம்ஸ்கிருதப் பிரதியே அப்படித்தான் சொல்கிறது. அந்த அத்தியாயத்தை, அந்த ஸ்லோகங்களை பல சம்ஸ்கிருத அறிஞர்களிடம் கேட்டுத் தெரிந்து கொண்ட பிறகே இதை எழுதுகிறேன். பகவத் கீதையில் பதினேழாவது அத்தியாயத்தில் வரும் ஒன்பதாவது சுலோகம் இது:

> कट्वम्ललवणात्युष्णतीक्ष्णरूक्षविदाहिन: |
>
> आहारा राजसस्येष्टा दु:खशोकामयप्रदा: || 9 ||

இதன் பொருள் கட்டு - கசப்பு; அம்ல - புளிப்பு; லவண்ய - உப்பு; அதி உஷ்ண - சூடான; தீக்ஷ்ண - காரம்; ரூக்ஷா - உலர்ந்த; விதாஹின - மிளகாய் போன்ற சாதனம்: இம்மாதிரி உணவு ராஜஸ குணமுள்ள மனிதர்களுக்கானது. இந்த உணவு துக்கத்தையும், சோகத்தையும், நோயையும் உண்டாக்க வல்லது.

இதில்தான் பூண்டும் வெங்காயமும் சேர்கிறது. இறைச்சியும் இதில் அடக்கம். சாதிப் படிநிலையில் மேல்நிலையில் இருக்கும் கடவுளுக்கு அருகில் இருக்கும் கடவுளை வணங்கும் நிலையில் இருக்கும் அரசனுக்கே குருவாக விளங்கும் படிப்பையும் கல்வியையும் ஞானத்தையும் தங்கள் வசம் வைத்திருக்கும் பிராமணர்கள் பூண்டையும் வெங்காயத்தையும் இறைச்சியையும் உண்ணும் மற்ற சாதியினரை, மதத்தினரை நீங்கள் ராஜஸ குணம் உள்ளவர்கள் ஆதலால் நீங்கள் சாத்வீக உணவு உண்ணும் எங்களை விட பிராமணரை விட தாழ்ந்தவர்கள் என்பதுதான் இதன் பொருள். உணவை அடிப்படையாகக் கொண்ட *cultural hegemony*யை கலாச்சார மேலாண்மையை கலாச்சார ஆதிக்க மனோபாவத்தை இந்து மதத்தின் புனித நூலாகச் சொல்லப்படும் பகவத் கீதை முன்னிறுத்துவதால்தான் என் முப்பதாவது வயதிலேயே நான் அந்த நூலை நிராகரித்தேன். இப்படி பகவத் கீதை இந்து மதத்தில் உள்ள ஒரு குறிப்பிட்ட

சாராரையே (*No onion, no garlic*) பிரதிநிதித்துவப்படுத்துவதால்தான் அந்த நூலை இந்தியாவின் அடையாளமாக இந்தியப் பிரதமர் மோடி ஜப்பானியப் பிரதமரிடம் கொடுத்தபோது அதைக் கண்டித்தேன்.

இங்கே என்னைப் பற்றியும் கொஞ்சம் சொல்ல வேண்டும். தமிழ்நாட்டில் வசிக்கும் எல்லா தெலுங்கர்களைப் போலவே என் நைனாவும் தமிழ் வெறியராகவும் திமுக அனுதாபியாகவும் இருந்ததால் தந்தையை மறுதலிக்கும் புதல்வனாக நான் இந்தியையும் சம்ஸ்கிருதத்தையும் கற்க முனைந்தேன். அப்போது தஞ்சாவூரில் கல்லூரிக்குப் போவதாகப் பெயர் பண்ணிக் கொண்டிருந்த காலம். தஞ்சாவூர் சர்ஃபோஜி கல்லூரியில் சம்ஸ்கிருதப் பேராசிரியராக இருந்தவரின் இல்லத்தில் சம்ஸ்கிருதப் பாடம். சட்டை அணிய மாட்டார். சட்டையை ஒரு துணிப்பையில் வைத்து எடுத்து வருவார். கல்லூரிக்குள் நுழைந்ததும் சட்டையை எடுத்து மாட்டிக் கொள்வார். பின்னர், கல்லூரி முடிந்ததும் சட்டை துணிப்பைக்குள் போய் விடும். கொஞ்ச காலம்தான் சம்ஸ்கிருதம் படித்தேன். ஆனால் தடங்கலின்றிப் படிக்கும் அளவு கற்றுக் கொண்டேன். பகவத் கீதை போட்டிகளில் முதல் பரிசு பெறுவேன். சில அத்தியாயங்களை மனனமும் செய்திருந்தேன். நிவேதிதா என்ற பெயரில் ஆன்மீகப் பத்திரிகைகளில் எழுதிக் கொண்டிருந்த காலம் அது. ஒரு வள்ளலார் பக்தரிடம் யோகம் பயின்றேன். வாரம் ஒருமுறை மௌன விரதம். திராவிட இயக்கத்தைக் கடுமையாக விமர்சித்துக் கொண்டிருந்த ஜெயகாந்தன்தான் குரு. என் நைனாவிடம் பிடித்த விஷயம் என்னவென்றால், அவர் என்னுடைய நடவடிக்கைகள் எதற்குமே குறுக்கே நின்றதில்லை. விவேகானந்தரின் ஞான தீபம் தொகுப்புகள் அனைத்தையும் வாசித்திருந்தேன்.

பிறகுதான் இந்து மதத்தின் சாதிப் படிநிலையும், இந்து மேட்டுக்குடியினரே அம்மதத்தின் சட்டதிட்டங்களைக் கட்டமைப்பவர்களாக இருப்பதையும் பார்த்து நாத்திகனன் ஆனேன். இதைச் சொல்வதால் என்னுடைய இப்போதைய நிலைப்பாட்டையும் சொல்லியாக வேண்டிய நிலையில்

இருக்கிறேன். அதாவது, எனக்கு எந்த மதமும் இல்லை. கடவுளை நம்புபவர்களுக்கு மதம் தேவை இல்லை. மேலும், சாதிப் படிநிலையை உடைத்து மேலே செல்வதற்கான எல்லா வழிகளும் திறந்து விடப்பட்டு விட்டன. எனக்கு சம்ஸ்கிருதம் வேண்டாம் என்று நீங்கள் சொன்னால் அதனால் அந்த மொழிக்கு எந்த நஷ்டமும் இல்லை. நான் ஷேக்ஸ்பியரைப் படிக்க மாட்டேன் என்று சொன்னால் ஷேக்ஸ்பியருக்கு என்ன நஷ்டம்? மேலும், பிராமண மேலாண்மையும் கொஞ்சம் கொஞ்சமாக சமூகத்திலிருந்து அகன்று கொண்டிருக்கிறது.

இந்த நிலையில், இஸ்கான் அமைப்பு, தாங்கள் அறிந்தோ அறியாமலோ பன்மைத்துவக் கலாச்சாரத்தில் வாழ்ந்து வரும் தமிழர்களிடையே 'பூண்டு இல்லாத வெங்காயம் இல்லாத' உணவு முறையின் மூலம் இப்போது காணாமல் போய்க் கொண்டிருக்கும் பிராமண கலாச்சார மேலாண்மையை நிலைநிறுத்துகிறது என்கிறேன் நான்.

இது பற்றி காலையில் அராத்துவிடம் அரை மணி நேரத்துக்கு மேல் பேசினேன். அவர் ஆதி திராவிடர் நலப் பள்ளியில் படித்தவர். அவர் சொன்ன விஷயங்கள் ரத்தக் கண்ணீர் வரவழைப்பவை. அதையெல்லாம் அவரை ஒரு நாவலாக எழுதச் சொன்னேன். அதில் ஒரு விஷயம் இது: மதிய உணவுக்கான சோறு உள்ள பானையை சாக்கடையின் அருகே வைத்துத்தான் கஞ்சி வடிப்பார்கள். அந்தக் கஞ்சியைக் குடிப்பதற்காக மலம் தின்னும் கருப்புப் பன்றிகள் அங்கே வந்து குவியும். பையன்கள் அந்தப் பன்றிகளை எவ்வளவு துரத்தினாலும் அவை போக்குக்காட்டிக் கொண்டே அந்தக் கஞ்சியையும் அவ்வப்போது சோற்றையும் தின்னும். எங்களுக்கும் அந்தப் பன்றிகளுக்கும் அவ்வளவாக வித்தியாசம் இல்லை.

இன்னொரு விஷயம் சொன்னார். ஆயிரம் மாணவர்கள் சாப்பிட ரெண்டு கத்தரிக்காயும் ஒரு தக்காளியும் போடுவார்கள். எப்போதாவது வாயில் அகப்படும் ஒரே ஒரு கடுகை மென்று நான்கு கவளம் சோற்றை இறக்குவோம்.

இப்படிப்பட்ட எங்களுக்கு ஆனியன் இருந்தால் என்ன,

ஆனியன் இல்லாவிட்டால் என்ன, கிடைத்தது லாபம் இல்லையா என்றார் அராத்து. அது உண்மை. ஆனால் இந்த நிலைமை இன்று தமிழகத்தில் இல்லை என்பது மற்றொரு எதார்த்தம். இருபது ஆண்டுகளுக்கு முன்பு இருந்தது. இப்போது இல்லை. அப்போது அரசு ஊழியர்களான நாங்கள் பிச்சை எடுத்துக் கொண்டிருந்தோம். இப்போது ஒன்றேகால் லட்ச ரூபாய் சம்பாதிக்கிறார் ஒரு குமாஸ்தா. எடுத்த எடுப்பில் அறுபது ஆயிரம். ரேஷன் அரிசியில் முன்பு புழு நெளியும். இன்று ரேஷன் அரிசியும் ரேஷனில் கிடைக்கும் துவரம் பருப்பும் உயர் ரகமாக உள்ளன. எங்கள் வீட்டில் அதைத்தான் உபயோகிக்கிறோம். சொல்லப் போனால், வளர்ச்சி அடைந்த மேற்குலக நாடுகளில் எந்தக் குழந்தையும் மதிய உணவை வீட்டிலிருந்து தூக்கிக் கொண்டு போவதில்லை. மதிய உணவு கொடுக்க வேண்டியது பள்ளியின் கடமை. அரசின் கடமை. எல்லா பள்ளிகளிலும் மேட்டுக்குடிப் பள்ளி உட்பட எல்லா மாணவர்களுக்கும் உணவு வழங்கப்பட வேண்டும். இந்த நிலையில் நாங்கள் காலை உணவு வழங்குகிறோம் என்று இஸ்கான் போன்ற ஒரு மத நிறுவனம் சொல்வதற்கு இந்தத் தமிழ்க் குழந்தைகள் ஒன்றும் பிச்சைக்காரர்கள் இல்லை. தானம் செய்பவனின் கை தாழ்ந்திருக்க வேண்டும் என்பது இந்திய/ இந்து மரபு. இது இந்த இஸ்கான் வெள்ளைக்காரன்களுக்குத் தெரியுமா? தானம் கொடுக்கும் போது 'வெங்காயம் இல்லை, பூண்டு இல்லை' என்று நிபந்தனை போட நீ யார்? இந்து மதத்தின் மீது ஆர்வமும் அன்பும் அக்கறையும் கொண்ட அன்பர்கள் எல்லோரும் இஸ்கான் போன்ற *cult*களை நிராகரிக்க வேண்டும். இவையெல்லாம் இந்து மதத்துக்கோ இந்திய தர்மத்துக்கோ நன்மை புரிபவை அல்ல. இல்லாவிட்டால் இப்படி குழந்தைகளுக்கு தானம் செய்யும்போது 'வெங்காயம் இல்லை, பூண்டு இல்லை' என்று நிபந்தனை போடுவார்களா? மேலும், இந்து மதம் என்ற பெயரில் நடக்கும் ஆன்மீக போலித்தனங்களில், அலங்கார வெளிப்பூச்சுகளில் இந்து மதத்தின் மேல் நம்பிக்கையும் அக்கறையும் உள்ள யாரும் ஏமாந்து போய் விடக் கூடாது.

இன்று கீழ்த்தட்டு மக்களிடம் மேட்டுக்குடி மக்களின் கலாச்சாரத்தைத் திணிக்கும் இஸ்கானின் செயலுக்கும் தென்னமெரிக்க நாடுகளுக்குப் போன ஐரோப்பியர்கள் ஐரோப்பியப் பாதிரிகள் அந்தப் பூர்வகுடி மக்களின் கழுத்தில் கத்தியையும் நெற்றியில் துப்பாக்கியையும் வைத்து மதம் மாறச் செய்தற்கும் என்ன வித்தியாசம்? இப்போதும் தென்னிந்தியாவில் மக்களின் ஏழ்மையைப் பயன்படுத்தி கிறித்தவத்துக்கு மத மாற்றம் செய்து கொண்டிருக்கும் பாதிரிகளுக்கும் இஸ்கானுக்கும் என்ன வித்தியாசம்?

எனக்கு ஞாபக மறதி அதிகம். "என்னை உருவாக்கியது ஃப்ரெஞ்ச் தத்துவவாதிகள்; குறிப்பாக மிஷல் ஃபூக்கோ, ரொலான் பார்த்" என்று சொல்வேன். எப்படி என்று கேட்டால் திருதிருவென்று விழிப்பேன். அவர்களின் சிந்தனையெல்லாம் எனக்குள் என் சிந்தனைப்போக்கில் என் ஆளுமையில் - ரத்த ஓட்டமாக, எலும்பு மஜ்ஜையாகச் சேர்ந்து விட்டது. அதை எடுத்து இயம்பிச் சொல்ல எனக்குத் திறமை இல்லை. பன்மைத்துவம் *(multiplicity)* என்ற கருத்தாக்கம் பற்றி மிஷல் ஃபூக்கோவை முன்வைத்து பெங்களூர் க்றைஸ்ட் கல்லூரியில் பேசினேன். ஆனால் ஃபூக்கோவின் அடிப்படையான கருத்தாக்கம், அதிகாரம் குறித்த அவரது கண்டுபிடிப்புகளே. அதுதான் என் சிந்தனைத்தளத்தின் அடியோட்டமாக இருந்து வந்துள்ளது. என்னுடைய உணவு முறையை இன்னொரு குழுவினருக்குப் பரிந்துரைப்பதற்கு எனக்கு என்ன உரிமை இருக்கிறது? எத்தனையோ பேர் என்னிடம் சொல்லிக் கேட்டிருக்கிறேன். பூண்டையும் வெங்காயத்தையும் தவிருங்கள். அது நல்லது அல்ல. சொல்வோர் அனைவரும் பிராமணர். அவர்கள் சொல்வது உண்மையாகவே இருந்தாலும் அது அவர்களின் உண்மைதானே? *Absolute truth* இல்லை அல்லவா? உங்களுடைய உண்மை எனக்குப் பொய்யாக இருக்கலாம் இல்லையா? மேலும், உங்களுடைய உணவு முறையை நல்லது என்றும் என்னுடைய உணவு முறையைத் தாழ்ந்தது என்றும் சொல்லும் போது நீங்கள் மனு தர்மத்தை ஆதரிக்கிறீர்கள்; பின்பற்றுகிறீர்கள் என்றுதானே பொருள்?

மனு என்ன சொல்கிறது? பிராமணன் உயர்ந்தவன். சூத்திரன் தாழ்ந்தவன். ஐந்தாம் வர்ணமான புலையன் தாழ்ந்தவன் கூட இல்லை; மனிதனே இல்லை என்கிறது மனு தர்மம். இதெல்லாம் ஆங்கிலேயன் வந்த பிறகு நடந்தது என்கிறார்கள் சிலர். பாவம். 2000 ஆண்டுகளுக்கு முற்பட்ட பாலியில் எழுதப்பட்ட அசோக மன்னனின் வரலாற்றில் ஒரு இடம். அசோகரின் மகன் குணாளன் காணாமல் போய் விட்டான். அவன் மீது மிகுந்த பிரியம் கொண்டிருந்த மன்னன் எங்கோ தொலைதூரத்தில் தன் மகனின் பாட்டுக் குரல் கேட்பதை அறிந்து அழைத்து வரச் சொல்கிறான். பார்த்தால் அவன் ஒரு மிலேச்சன். மிலேச்சர்கள் தொலைதூரத்தில் வந்தாலே துர்நாற்றம் அடிக்கும் என்று போகிறது 2000 ஆண்டுகளுக்கு முற்பட்ட அந்தப் பாலி பிரதி. (அந்த மிலேச்சன் குணாளன்தான் என்பது கதையின் அடுத்த பகுதி).

சென்ற வாரம் கூட பிரியாணி உடல்நலத்துக்கு நல்லதல்ல; தயிர்சாதம் நல்லது என்று ஒரு பிராமண செஃப் சொல்ல, அதை என் நண்பர் ஒருவர் ஃபேஸ்புக்கில் எடுத்துப் போட, பெரிய பிரச்சினை ஆயிற்று என்பதை நீங்கள் நினைவு கூரலாம். இப்படிச் சொல்பவர்களைப் போன்ற இனவாதிகள் வேறு யாரும் உண்டா? பல ஆண்டுகளுக்கு முன்பு ஒரு மதப் பிரச்சாரகரின் சொற்பொழிவைக் கேட்டேன். இந்துக்களைப் பார்த்து சொல்கிறார். சகோதரர்களே, உங்கள் நன்மைக்காகத்தான் சொல்கிறேன். உங்கள் நல்லதுக்காகத்தான் சொல்கிறேன். என் கடவுளின் பக்கம் வாருங்கள். (அவரது கடவுளின் அருமைகளைச் சொல்கிறார். இந்துக் கடவுள்களின் பாதகங்களைப் பற்றிச் சொல்கிறார். எனக்கே இவ்வளவு மோசமான மதத்திலா நாம் வாழ்கிறோம் என்று ஒருக்கணம் தோன்றி விட்டது! அடுத்து சொன்னார் பாருங்கள் ஒரு வார்த்தை. நீங்கள் பீயைத் தின்கிறீர்கள் சகோதரர்களே! நானோ அறுசுவை உணவை உண்கிறேன். உங்களைப் பார்த்தால் எனக்கு ரத்தக் கண்ணீர் வருகிறது. ஏன் பீயைச் சாப்பிடுகிறீர்கள்? வாருங்கள், என்னோடு சேர்ந்து அறுசுவை உண்ண வாருங்கள்!) அவரது உரையின் ஆரம்பத்தில் 'சரி, மதம் மாறி விடலாம்'

என்று நினத்தவன் 'பீயைத் தின்கிறீர்களே என்றதும் சரி, பீயே பரவாயில்லை என்று விட்டுவிட்டேன். இப்போது தயிர்சாதப் பக்கிகளுக்கு வருகிறேன். பிரியாணி தப்பு, தயிர் சாதம் சரி என்று சொல்லும் உங்களுக்கும், மேலே நான் குறிப்பிட்ட மதவாதிக்கும் என்னய்யா வித்தியாசம்? அவர் சொல்வதைத்தானே நீங்களும் சொல்கிறீர்கள்?

இன்றைய தினம் உலகில் சகிப்புத்தன்மை அருகி விட்டது. நீ வேறு; நான் வேறு. நீ வணங்கும் தெய்வம் வேறு, நான் வணங்கும் தெய்வம் வேறு; நீ உண்ணும் உணவு வேறு, நான் உண்ணும் உணவு வேறு; உன் கலாச்சாரம் வேறு, என் கலாச்சாரம் வேறு; உன் உயரம், உன் நிறம், உன் இனம், உன் மொழி எல்லாமே வேறு; என் உயரம், என் நிறம், என் இனம், என் மொழி எல்லாம் வேறு. நீயும் நானும் சமம் கூட அல்ல. உன்னைப் போல் என்னால் யோசிக்க முடியாது, உன்னைப் போல் என்னால் கணிதத்தில் நூறு சதம் வாங்க முடியாது, உன்னைப் போல் என்னால் முன்னிலையில் செல்ல முடியாது. உன்னைப் போல் என்னால் மொழிகளைக் கற்க முடியவில்லை. ஆனால் எனக்கும் உன்னைப் போலவே இந்தப் பூமியில் வாழ சம உரிமை இருக்கிறது. என்னால் விரைவாக ஓட முடியும். என்னால் ஆட முடியும், என்னால் பளு தூக்க முடியும், என்னால் பாட முடியும், என் உடலை உன்னை விட அதிகம் பயன்படுத்த முடியும். நீயும் நானும் சமம் அல்லதான்; ஆனால் அதற்காக நீ உசந்தவன், நான் தாழ்ந்தவன் என்று அர்த்தம் அல்ல என்கிறேன் நான்.

இந்தப் பின்னணியில் இஸ்கான் அமைப்பினரின் வெங்காயம், பூண்டு இல்லாத உணவைத் தமிழகம் மறுதலிக்க வேண்டும். மேலும், இஸ்கான் அமைப்பின் மீது எனக்கு எந்தத் தனிப்பட்ட காழ்ப்புணர்ச்சியும் இல்லை. நான் எல்லாவித *cult*களுக்கும் எதிரானவன். *Cult* எல்லாமே மனிதனின் சிந்தனையைக் காயடிப்பவை. ஜக்கி வாசுதேவ், ஸ்ரீஸ்ரீ ரவிஷங்கர் எல்லாமே கல்ட் தான். இஸ்கானைச் சேர்ந்த நண்பர் ஒருவர் அமெரிக்காவில் வசிக்கிறார். அவர் வீட்டில் யார் மலஜலம் போனாலும் குளித்து விட்டுத்தான் வீட்டுக்குள் புழங்க வேண்டும். வருடத்தில்

ஆறு மாத காலம் ஸீரோ டிகிரி குளிருக்கும் கீழே இருக்கும் ஒரு ஊரில் இப்படி ஒரு இஸ்கான்வாதி. இப்படிப்பட்ட பைத்தியங்களைத்தான் *cult*கள் உருவாக்கும்.

இன்னும் சில இஸ்கான் செய்திகள் உள்ளன. இது என் நண்பர் அனுபவித்த சம்பவம். நண்பர் அமெரிக்காவில் வசிக்கிறார். அவர் வார்த்தைகளில்:

சாரு சொன்னது போல் இஸ்கான் ஒரு கல்ட்தான். ஆனால் நல்ல கல்ட் அல்ல; மோசமான கல்ட். ஒருமுறை நான் சிகாகோ விமான நிலையத்தில் நின்று கொண்டிருந்த போது முரட்டுத்தனமாக என் முகத்துக்கு எதிரே உண்டியலை நீட்டினார் இஸ்கான்காரர் ஒருவர். பதின்மூன்று ஆண்டுகளுக்கு முன்பு நடந்தது இது. அமெரிக்காவே அப்போது எனக்குப் புதிது. அமெரிக்காவே அப்போது எனக்குப் பதற்றம். யோசித்துப் பாருங்கள். என்னைச் சுற்றிலும் வெள்ளைக்காரர்கள். அந்த நாட்டுக்காரர்கள். நான் ஒரு பழுப்புநிற இந்தியன். அவர்களுக்கு நடுவில் காவி உடையை சேலை மாதிரி கட்டிக் கொண்டு, நாலைந்து வாட்டசாட்டமான ஆண்கள் குடுமி வைத்துக் கொண்டு... ஆட்கள் பார்ப்பதற்கு எப்படி இருந்தார்கள் தெரியுமா? பக்கா முரடர்கள்... நம் ஊரில் காவி உடை உடுத்திய எத்தனையோ பிராமணர்களைப் பார்த்திருக்கிறேன். அவர்களைப் பார்த்தால் அப்படி இருக்காது. ஆனால் அந்த முரடர்களைப் பார்த்தால்... சந்திரமுகி படத்தில் சோனு சூத் என்று ஒரு வில்லன் நடித்தார் இல்லையா? அந்த மாதிரி ஆட்கள். அந்த சோனு சூத் காவி உடுத்தி குடுமி வைத்துக் கொண்டு நம் எதிரே வந்து மூஞ்சிக்கு முன்னே கொண்டு வந்து டமால் என்று உண்டியலை நீட்டினால் எப்படி இருக்கும்? எனக்கு ஒருக்கணம் என்ன பண்ணுவதென்றே புரியவில்லை. நிறைய அமெரிக்கர்களுக்கு நடுவே, நிறைய வெள்ளைக்காரர்களுக்கு நடுவே கொண்டு வந்து அப்படி நீட்டுகிறான். எனக்கு பதில் சொல்லவும் பயம். அவன் சொல்கிறான். "நீ இந்துதானே? நாங்கள் இங்கே இஸ்கான் இந்து கோவில் கட்டுகிறோம். நீ டொனேட் பண்ணு." நான் உடனே பத்து டாலரோ என்னவோ

எடுத்துக் கொடுக்க முயற்சிக்கும் போது அந்தப் பத்து டாலரைப் பார்த்து விட்டு உண்டியலை எடுத்துக் கொண்டு போய் விட்டான். சுற்றியிருக்கும் வெள்ளைக்காரர்கள் என்னை ஒருமாதிரி பார்த்தார்கள். அவமானமாகப் போய் விட்டது எனக்கு. அதனால்தான் சொல்கிறேன், அது ஒரு மோசமான கல்ட் என்று.

★★★

இஸ்கான் இப்போது வழங்கும் காலை உணவு எத்தனை பேருக்குத் தெரியுமா? 5000 மாணவர்கள். இன்னொரு முக்கியமான விஷயம். இஸ்கான் இதை இலவசமாகச் செய்யவில்லை. பத்து கோடி ரூபாய் பணத்தையும், 600 கோடி மதிப்புள்ள இடத்தையும் அரசாங்கம் இஸ்கானுக்குக் கொடுத்துள்ளது. இந்தப் பத்து கோடி ரூபாய் பணம் யாருடையது? வெங்காயம் பூண்டு உண்ணும் மக்களுடையது. இந்தப் பணத்தோடு தங்களுடைய சொற்பக் காசையும் போட்டுத்தான் வெங்காயம் பூண்டு இல்லாத சாத்வீக, பிராமண உணவை ஏழை மாணவர்கள் 5000 பேருக்குக் கொடுக்கிறது இஸ்கான். இதற்கு வக்காலத்து வாங்குபவர்கள் எல்லோரும் சொல்லும் வாதம், அரசாங்கம் இந்த மதிய உணவுத் திட்டத்தை சரியாகச் செய்யவில்லை. சரி, அரசு சரியாகச் செய்யவில்லை என்றால் அரசாங்கத்தைத்தான் நாம் தட்டிக் கேட்க வேண்டுமே அல்லாமல் வெங்காயம் பூண்டு இல்லாமல் சாப்பிடச் சொல்லும் ஒரு பஜனை கோஷ்டிக்கு நம் வீட்டுப் பணத்தைக் கொடுத்து எங்கள் குழந்தைகளுக்குச் சாப்பாடு கொடு என்று சொல்வது எத்தனை பெரிய அறிவீனம்?

ஏ இஸ்கான் அறிவிலிகளே... உங்களுக்கு ஒன்று சொல்கிறேன். இஸ்லாமியர் வசிக்கும் பகுதிகளுக்குச் சென்று உங்களுக்கு இலவசமாகப் பன்றிக் கறி தருகிறோம் என்று சொன்னால் அது அப்படி இருக்கும்? அது எத்தனை பெரிய கலாச்சார வன்முறை? அதேபோல் ஒரு அக்ரஹாரத்திலே போய் மாட்டுக் கறி பிரியாணியை இலவசமாகக் கொடுத்தால் அது எத்தனை பெரிய கலாச்சார வன்முறை? அதே போன்ற கலாச்சார வன்முறையைத்தான் நீங்களும் எங்கள் குழந்தைகளின் மீது

திணிக்கிறீர்கள். இதை நான் ரத்தம் கொதிக்கக் கொதிக்க எழுதுகிறேன். எப்பேர்ப்பட்ட கலாச்சார வன்முறையை இதைப் படித்துக் கொண்டிருக்கும் நீங்களும் நானும் வாய் பேசாமல் பார்த்துக் கொண்டு போகிறோம்?

இறுதியாக, இஸ்கானும் ஒன்றும் புனிதமான அமைப்பு அல்ல. எப்படி இன்று அதாவது, மகாத்மாவின் காலத்துக்குப் பிறகு சமூகத்தின் எல்லா நிறுவனங்களும் தம் மதிப்பீடுகளை இழந்து மலினமானதோ அதில் முதலில் வருவது ஆன்மீகம் கர்னாடகாவில் இஸ்கான் அமைப்பினர் தங்களுக்குக் கொடுக்கப்பட்ட அரிசியை கறுப்புச் சந்தையில் விற்று ஊழல் செய்து கையும் களவுமாக மாட்டிக் கொண்டு பிறகு தங்கள் செல்வாக்கைப் பயன்படுத்தித் தப்பினார்கள் என்கிறது ஹிண்டு நாளிதழில் வந்த செய்தி. அதன் லிங்க் இது. இதையும் நாம் கவனத்தில் கொள்ள வேண்டும்.

https://www.thehindu.com/news/cities/Visakhapatnam/198-tonnes-mid-day-meal-rice-seized-from-iskcon-premises/article28068087.ece/amp/

மேலும், அரசாங்கத்தின் நல்ல நலத்திட்டங்களை நாம் பாராட்டத் தவறுவதால்தான் இடையில் இப்படிப்பட்ட பஜனை கோஷ்டிகள் உள்ளே புகுந்து தங்களது இனவாத ஃபாஸிஸத்தை நுழைத்து விடுகின்றன. என்ன நல்ல திட்டம்? அரசு மருத்துவமனைகள். சுஜாதா எழுதிய நகரம் போன்ற கதைகள் இனிமேல் கதைகளில்தான். தனியார் மருத்துவமனைகளில் ஐந்து லட்சம் பத்து லட்சம் செலவு ஆகின்ற எந்த அறுவை சிகிச்சையையும் ஒருசில ஆயிரங்களில் அரசு மருத்துவமனைகளில் ஏழை மக்கள் செய்து கொண்டு விடுகின்றனர். இன்னொரு உதாரணம், அம்மா உணவகம். இப்படி திராவிடக் கட்சியினரின் பல நல்ல மக்கள் நலத் திட்டங்கள் இருக்கத்தான் செய்கின்றன.

இறுதியாக ஒரு வார்த்தை. எப்படிப் பார்த்தாலும் என் உணவு உசந்தது, உன் உணவு தாழ்ந்தது என்று சொல்பவன் சமூக விரோதிதான் என்பதில் எனக்கு எள்ளளவும் சந்தேகம் இல்லை.

7.3.2020

30. A file for Mr. A.K. Arumugam

நண்பர்களை என் வீட்டில் சந்திப்பதில்லை; அவர்களோடு என் வீட்டில் ஒரு வார்த்தை கூடப் பேசுவதில்லை; ஃபோனிலும் தொடர்பு கொள்வதில்லை என்பது நான் பின்பற்றும் கடும் விதி. இதை நான் மீறினால் என்ன ஆகும் என்று நண்பர் தக்ஷிணாமூர்த்தியோடு என் வீட்டில் கதைத்தது ஒரு உதாரணம். உண்மையில் அது பற்றி ஐம்பது அறுபது எழுபது பக்கம் எழுதலாம். அவ்வளவு விஷய தானம் கொடுத்திருக்கிறார் மூர்த்தி. ஆனால் எந்தத் தவறும் மூர்த்தியின் மீது இல்லை. எனவே அவர் இங்கே வந்து வருத்தம் தெரிவிக்க அவசியமே இல்லை. இதெல்லாம் ஒரு நிலை. ஒரு சூழல். அவ்வளவுதான். அவந்திகாவுக்கு என் மீது சொல்லொணா அன்பு, பிரியம். ஒரு தாய் தன் சவலைப்பிள்ளையை சீராட்டுவது போல் என்னைப் பாதுகாக்கிறாள்.

மூர்த்தி வந்து விட்டுப் போனதும் ஏ.கே. ஆறுமுகம் என்றால் யாருப்பா என்றாள். அய்யய்யோ, ஏ.கே. ஆறுமுகம் பெயர் உனக்கு எப்படித் தெரியும் என்று படு ஆச்சரியமாகக் கேட்டேன். (இங்கே ஏ.கே. ஆறுமுகம் என்று பெயரை மாற்றி இருக்கிறேன். பெயரைப் போட்டால் ஆபத்து!) ஃபேஸ்புக் செயல்வீரர்களுக்கு ஏ.கே. ஆறுமுகத்தைத் தெரியும். ஆனால்

அவந்திகா ஃபேஸ்புக்கில் இருக்கிறாளே தவிர செயல்வீரர் கிடையாதே? அவளுக்கு எப்படி ஏ.கே. ஆறுமுகத்தைத் தெரியும் என்று என்னால் யூகிக்கவே முடியவில்லை. மேலும் ஏ.கே. ஆறுமுகம் என்றால் யார் என்று அவள் ஒருநாள் என்னைக் கேட்கக் கூடும் என்று நான் கற்பனை கூட பண்ணினதில்லை. அதனால் ஆச்சரியத்தின் எல்லைக்கே சென்று உனக்கு எப்படி ஏ.கே. ஆறுமுகத்தின் பெயர் தெரியும் என்றேன்.

மூர்த்தி சொன்னார் என்றாள். அடப்பாவி! ஏ.கே. ஆறுமுகம் பற்றி மூர்த்தி சொல்லும் அளவுக்கு என்ன சம்பந்தம், என்ன காண்டெக்ஸ்ட்மா என்றேன். இன்னமும் எனக்கு ஆச்சரியம் அடங்கவில்லை. அது இருக்கட்டும் சாரு, ஏ.கே. ஆறுமுகம் பற்றிச் சொல்லு, அவர் யார், அவர் வயது என்ன, அவர் எழுத்தாளரா? எல்லாம் கேட்டாள். எல்லாவற்றுக்கும் பதில் சொன்னேன்.

ஆமாம், ஏ.கே. ஆறுமுகம் பற்றி மூர்த்தி பிரஸ்தாபித்ததன் காரணம் என்ன? இது நான்.

அது ஒண்ணுல்லப்பா, ஏ.கே. ஆறுமுகத்தை மூர்த்தி படிப்பாராம். அவ்ளோதான்.

அவ்வளவுதான் இல்லை. இப்போது ஏ.கே. ஆறுமுகத்துக்கு ஒரு ஃபைல் போட்டாயிற்று. அதில் அவர் பயோடேட்டாவும் பதிந்தாயிற்று. இனிமேல் அவர் நல்லவரா கெட்டவரா என்ற விபரங்கள் சேகரிக்கப்படும். எப்படி? நான் வேறு யாருடனாவது பேசும்போது ஏ.கே. ஆறுமுகம் பற்றிய பேச்சு வரலாம். அல்லது, யாரேனும் சொல்லலாம். பெயரை ஃபைலில் பதிந்து விட்டால் விபரத்துக்கா குறைச்சல்? அதுவாக வந்து வந்து விழும்.

இனிமேல் ஏ.கே. ஆறுமுகத்தை என் வீட்டு வாழ்விலிருந்து தூக்கி விட்டேன். எதற்கு என்னால் இன்னொருத்தருக்குப் பிரச்சினை?

எனக்கு இதையெல்லாம் எழுதும்போது என் அத்யந்த நண்பரின் ஞாபகம் வருவதைத் தடுக்கவே முடியவில்லை. என்னுடைய அந்த வட இந்திய நண்பனுக்கு நைனிட்டால் அருகில் ஒரு

வனத்தின் உள்ளே ஒரு தங்கும் விடுதி உண்டு. அதன் ஒருநாள் வாடகையே 20,000 ரூ. நீயும் ஒரு நண்பருமாக அங்கே வந்து ஒரு வாரம் வரை தங்கிக் கொள்ளலாம் என்றான் நண்பன். நானும் சீனியும் போகலாம் என்று திட்டம். அப்போது சீனி ஒரு முக்கிய பணியின் நிமித்தமாக வெளிநாட்டில் ஆறு மாதம் தங்கியிருந்தார். என் நண்பரிடம் இது பற்றி அங்கலாய்த்துக் கொண்டிருந்தேன். நண்பர் என் மனசாட்சி மாதிரி. அவருக்குத் தெரியாத ரகசியமே என்னிடம் எதுவும் இல்லை. என் வலது கை. என் மனம். எல்லாம் அவர்தான். ”சீனியும் வெளிநாட்டில் இருக்கார். இன்னொரு நண்பருக்கு எங்கே போவது?” என்று சொன்னேன். ஏன், உன் மனசாட்சி நண்பரையே அழைத்துக் கொண்டு போகலாமே என நீங்கள் கேட்கலாம். நண்பர் டீடோட்டலர். மேலும் படு பிஸியானவர். என்னதான் என் வலது கரம் என்றாலும் பழக்க வழக்கங்களில் எனக்கு நேர் விரோதம். அது விஷயம் அல்ல; அவர் என்ன யோசனை சொன்னார் தெரியுமா? ”ஏன் கவலைப்படுறீங்க சாரு, அவந்திகாவை அழைச்சுட்டுப் போக வேண்டியதுதானே?”

அந்தக் கேள்வியை மட்டும் இன்னும் ஏழு ஜென்மத்துக்கும் மறக்க மாட்டேன். வீட்டில் இரண்டு நாய்கள் இருந்தன. வெளியிடத்தில் சாப்பிட்டால் அவந்திகாவுக்கு உடனடியாக வயிற்றுவலியும் ஜுரமும் வந்து விடும். குடிப்பது பாவம் என்று நம்புபவள் அவள். கிட்டத்தட்ட அவள் ஒரு சமண முனி. இதுவும் நண்பருக்குத் தெரியும். இருந்தாலும் நண்பரின் யோசனை.

என்னதான் சொல்லுங்கள், கொஞ்சம் இந்துத்துவா எல்லாம் ஒட்டிக் கொண்டிருந்தாலும் பிராமண நண்பர்கள் என்னை இப்படியெல்லாம் துன்புறுத்துவதில்லை. அவர்கள் இந்துத்துவாவாக இருந்தால் எனக்கு என்ன? என்னை அது ஒருவிதத்திலும் பாதிப்பதில்லையே?

எல்லாம் சரியாக இன்னும் ரெண்டு நூற்றாண்டு ஆகும் போல் இருக்கிறது.

10.3.2020

31. சிலையும் மாலையும்!

பெயரைக் குறிப்பிட்டு எழுதினால் எல்லோரும் சண்டைக்கு வருகிறார்கள். நான் சொல்ல வந்ததன் அடிப்படையையே புரிந்து கொள்ளாமல் திட்டி எழுதி விட்டேன், திட்டி எழுதி விட்டேன் என்றே அழுது புலம்புகிறார்கள். பத்து வயசுப் பொடியனிலிருந்து என்னை விட வயது முதிர்ந்தோர் வரை அதே ரகம்தான். ஒரு இருபது வயதுப் பையன் என்னை ஆறு மாதம் கழித்துச் சந்திக்கிறான். முதல் வார்த்தை "எப்டி இருக்கீங்க அங்கிள்" இல்லை. "என்னை என்னா திட்டி எழுதியிருக்கீங்க?"

என்னுடைய ஒரு எழுத்தைக் கூட படித்ததில்லை. ஆனால் என்னைப் பற்றி எப்படிப்பட்ட இமேஜ் வைத்திருக்கிறான் பார்த்தீர்களா? இதோ, இப்போது அவனைத் "திட்டி" எழுதி விட்டேன். இதை விடக் கொடுமை, எனக்குத் தெரிந்த ஒரு இயக்குனர் என்னை எதேச்சையாக ப்ரூ ரூமில் பார்த்த போது எப்டி இருக்கீங்க சார் என்று கேட்கவில்லை. இப்போ யாரைத் திட்டி எழுதிருக்கீங்க சார் என்று கேட்டார். பத்து வருஷத்துக்கு முந்தின சாருவாக இருந்தால் உங்க ஆயாவைத் திட்டி என்று சொல்லியிருப்பேன். இப்போது இந்தி, பஞ்சாபி, ஆங்கிலம், தமிழ் மொழிகளில் உள்ள எல்லா வசைகளும் மனதில் ஓட, வெறுமனே சிரித்து வைத்தேன்.

இப்படிப்பட்ட நிலையில் பெயரைக் குறிப்பிட்டு எழுதினால் நான் எழுதியிருக்கும் விஷயம் காணாமல் போய் பெயர் குறிப்பிடப்பட்ட விஷயம் மட்டுமே பெரும் அக்கப்போர் ஆகி விடுகிறது. எனவே இங்கே பெயர்கள் முக்கியம் அல்ல. மேலும், நான் யாரையும் விமர்சிக்கவும் இல்லை. நான் நீண்ட காலமாகச் சொல்லி வரும் ஒரு கருத்துக்கு வலுவான சான்று கிடைத்திருப்பதை உங்களோடு பகிர்ந்து கொள்கிறேன். அவ்வளவுதான். ஒரு பிரபல எழுத்தாளர் பற்றிய மற்றொருவரின் மேடைப்பேச்சைக் கேட்க நேர்ந்தது. பிரபல எழுத்தாளர் மிக மிக வறுமையில் வாழ்ந்த காலகட்டம். ஒண்டுக் குடித்தனம். நம் பாரதி மாதிரி. அப்போது அந்த எழுத்தாளரின் வாசகர் ஒருவர் தங்க நகைகளையும் பணக் கத்தைகளையும் ஒரு பெரிய தாம்பாளத்தில் வைத்து எழுத்தாளரிடம் கொடுக்க, அதை அந்த எழுத்தாளர் இது தேவையில்லை என்று மறுத்து விட்டார். அதையெல்லாம் பேச்சாளர் மிகவும் நாடகீயமாக விளக்குகிறார். எழுத்தாளர் மறுக்கும்போது இந்தப் பேச்சைக் கேட்பவர்கள் கரகோஷம் எழுப்புகிறார்கள்.

’அடப்பாவிகளா! ஒரு எழுத்தாளன் வறுமையில் வாடுவதைப் பார்த்து ரசிக்கிறீர்களே, பாராட்டுகிறீர்களே, கைதட்டுகிறீர்களே! நீங்களெல்லாம் மனிதப் பிறவிகள்தானா?’ என்று எனக்குக் கேட்கத் தோன்றியது. இதைத்தான் நாம் பல ஆண்டுகளாகக் குறிப்பிட்டு வருகிறேன் தமிழர்கள் *necrophilia* நோய்வாய்ப்பட்டவர்கள் என்று! பிணத்தைக் கொண்டாடுபவர்கள்! எழுத்தாளனின் மரணத்தைக் கொண்டாடுபவர்கள்! எழுத்தாளன் வறுமையில் கிடப்பதை வியந்து பாராட்டுபவர்கள்! எப்பேர்ப்பட்ட சமூகம் பாருங்கள்! இதனால்தான் என்னைத் திட்டுகிறார்கள், “நீ மட்டும் எப்படிப் பணம் கேட்கலாம்? நீயும் மற்ற எழுத்தாளன்களைப் போல் பட்டினி கிடந்து சாக வேண்டியதுதானே? அப்போதுதானே உனக்கு சிலை வைத்து மாலை போட முடியும்?”

24.3.2020

32. கேக்

நேற்றைய பதிவைப் படித்தீர்களா? அதில் குறிப்பிடப்பட்ட எழுத்தாளர் - பணத்தையும் நகைகளையும் ஒதுக்கித் தள்ளியவர் அவரது பிற்காலத்தில் பணத்துக்காக எத்தனை கஷ்டப்பட்டார், வாழ்நாள் முழுவதும் சிங்கம் போல் வாழ்ந்தவர் முதிய வயதில் பணத்துக்காக எவ்வளவு சமரசங்களை மேற்கொண்டார் என்பதையெல்லாம் அவரது நெருங்கிய நண்பர்களிடமிருந்து கேட்டிருக்கிறேன். கேட்டிராதவர்கள் கூட அவருடைய நேர்காணல்களையும், நடவடிக்கைகளையும் பார்த்தே தெரிந்து கொண்டிருந்திருக்கலாம். அவர் மீது எந்தத் தவறும் இல்லை. முதுமையில் வறுமை என்பது யாராலும் தாங்க முடியாதது. ஏனென்றால், இளமையின் வறுமையை திமிரும் வயதும் அடக்கி விடும். கொஞ்சம் பெருமையாகக் கூட இருக்கும். நாமும் பாரதியும் ஒன்று என்ற இறுமாப்பு வரும். அதனால்தான் அவருக்கு அவர் வாசகர் கொடுத்த பணத்தையும் செல்வத்தையும் ஒதுக்கச் சொன்னது. ஆனால் முதுமையில் தொடரும் வறுமை தன்னோடு சேர்த்து தன் மனைவி மக்களையும் படுத்தும். மகன் வேலையில்லாமல் திண்டாடுவான். மகளுக்குத் திருமணம் செய்ய வேண்டும். கையில் ஒரு பைசா இருக்காது. இதுவரை ஒருத்தனிடமும்

உதவி என்று போகாத சிங்கம் இறங்கி வரும். உதவி கேட்கும். மனமெல்லாம் கூனும். என்ன செய்வது? இளமையின் திமிர் இப்போதும் உண்டு. ஆனால் என்னை நம்பி வாழும் என் குடும்பமும் வாடுகிறதே? என்ன செய்ய?

நாமோ, ஒண்டுக் குடித்தனத்தில் வாழ்ந்த எழுத்தாளன் தனக்குக் கிடைத்த செல்வத்தை உதறி எறிந்தான் என்று ஒரு பேச்சாளன் பேசினால் கரகோஷம் செய்கிறோம். பிணத்தைப் புசிக்கும் வல்லூறுக்கும் நமக்கும் என்ன பெரிய வித்தியாசம்? மேன்மக்களெல்லாம் பட்டினியில் சாக வேண்டும். நாம் அதைக் கொண்டாடி கை தட்டுவோம். என்ன சமூகம் ஐயா இது!

இப்போது என்ன ஆகும் தெரியுமா? அந்தப் பேச்சாளரைத் திட்டி எழுதி விட்டேனா? முடிந்தது கதை. அவர் ரொம்ப செல்வாக்கானவர். அவரது சீடர்கள் அத்தனை பேரும் என்னை இனி ஆயுள் முழுவதும் கரித்துக் கொட்டுவார்கள். இன்னொரு துன்பம் என்னவென்றால், என்னுடைய நலத்தையே எப்போதும் நாடும் என் நண்பர்கள் “இதையெல்லாம் எழுதி ஏன் வெறுப்பைச் சம்பாதிக்கிறீர்கள்?” என்று கேட்டு வருத்தமடைவார்கள். அப்படித்தான் சமீபத்தில் வருத்தமடைந்தார்கள். ஒரு அன்பரின் பெயர் குறிப்பிட்டு எழுதி விட்டேன். அந்த அன்பருக்கு அதனால் வருத்தம். அந்த அன்பரை நான் “திட்டி” எழுதி விட்டேன் என்பதால், எல்லோரும் என்னைத்தான் திட்டுவார்கள். அன்பர் பெயர் எக்ஸ் என்று வைத்துக் கொள்வோம். எக்ஸுக்கு ஃபேஸ்புக்கில் ரொம்ப நல்ல பெயர். நிறைய நண்பர்களும் உண்டு. நான் எக்ஸைத் திட்டி எழுதிவிட்டேன். இப்போது எல்லோரும் “பாவம் எக்ஸ். அப்புராணியான அவரைத் திட்டி விட்டார் சாரு. சாருவுக்கு வேறு வேலையே இல்லை. அவர் எப்போதுமே இப்படித்தான். எதிர்மறையான ஆள். *Cynic*. எப்போதும் எல்லோரையும் திட்டிக் கொண்டே இருப்பார். அவரைப் படிக்கவே கூடாது. மோசமான ஆள்” என்று சொல்வார்கள். அதனால் ஏற்கனவே பாழ்பட்டுக் கிடக்கும் என் இமேஜ் மேலும் பாழாகும். இது என் நண்பர்களின் அன்பான கருத்து. கவலை என்றே சொல்லலாம்.

இந்த விஷயத்தைப் பற்றி நான் அதிகம் யோசித்தேன். உண்மையில் இப்படியெல்லாம் எனக்கு நானே தடைகளைப் போட்டுக் கொண்டால் என்னால் எழுதவே முடியாது என்றுதான் தோன்றியது. அதுதான் எனக்கு முதலில் தோன்றிய விஷயம். கெட்ட மூச்சோ நல்ல மூச்சோ, மூச்சு விடுவதுதானே எனக்கு முக்கியம்? பயந்து கொண்டும், எதை எழுதினால் என்ன பொல்லாப்பு வருமோ என்று தயங்கிக் கொண்டும் எழுதினால் எழுத்தா வரும்? எழுத்து என்பது மற்ற கலைகளுக்கும் மற்ற லௌகீக வாழ்க்கைக்கும் மிகவும் தூரத்திலிருந்து உருவாவது. மற்ற விஷயங்களின் இலக்கணங்களை எழுத்தில் பொருத்தினால் எழுத்து உருப்படாது.

ஜெயமோகன் திட்டி எழுதாத நபரே தமிழ்நாட்டில் இல்லை. எம்ஜியார் சிவாஜியைக் கூட நக்கல் செய்து எழுதி, திரையுலகத்தினர் சிலர் ஜெயமோகனுக்கு எதிராக அறிக்கை விட்டு... எல்லாம் நடந்தது. துப்பாக்கிச் சூட்டுக்குப் பிறகு எம்ஜியார் பேசுவதைப் பற்றி நக்கலடித்து எழுதியிருந்தார். அதையெல்லாம் கேரளா மாதிரி ஒரு சமூகம்தான் சகிக்கும். இங்கே கிளர்ந்து விட்டார்கள். இப்படி அவர் திட்டாத ஆளே தமிழ்நாட்டில் இல்லை. ஆனால் எனக்கு இருக்கும் எதிர்மறை இமேஜ் அவருக்கு இல்லையே? ஏன்? அவர் எழுதுவது மகாபாரதம். நான் எழுதுவது காமரூப கதைகள். இப்படித்தான் சென்ற ஆண்டு வரை நினைத்துக் கொண்டிருந்தேன். ஆனால் சமூகம் வேறு மாதிரி நினைக்கிறது. மளிகைக்கடையில் ஜெயமோகன் தாக்கப்பட்ட சம்பவத்தில் தமிழகம் அதை எதிர்கொண்ட விதத்தைப் பார்த்த போதுதான் எனக்கு ஒரு விஷயம் தெளிவாகப் புரிந்தது. மகாபாரதமே எழுதினாலும் நீ சமூக விரோதிதான் என்றே பார்க்கிறது சமூகம். காரணம், எழுத்தாளன் என்றாலே சமூக விரோதிதான். அதுதான் தமிழ்ச் சமூகத்தின் கருத்து. எனவே நான் எப்படி எழுதினாலும் திட்டுபவர்கள் திட்டிக் கொண்டுதான் இருப்பார்கள். எஸ். ராமகிருஷ்ணன் மட்டும்தான் விதிவிலக்கு. ஏனென்றால், அவர் ஜெயமோகனைப் போல், என்னைப் போல் யாரையும் விமர்சிப்பது இல்லை. அவ்வளவுதான் விஷயம். நான் எப்படி ராமகிருஷ்ணன் ஆக முடியும், சொல்லுங்கள்?

இன்னொரு விஷயம். இது மிகவும் முக்கியம். என் எழுத்தைப் படித்து விட்டு என்னோடு பழகும் நண்பர்கள் ஒரு சாரார். என்னோடு நேர்ப் பழக்கம் இல்லாமல் என் எழுத்தை மட்டுமே வாசிப்பவர்கள் இன்னொரு சாரார். இதில் முதல் ரகத்தினர் அதிர்ஷ்டசாலிகள். ஏனென்றால், மாலை ஏழு மணியிலிருந்து அதிகாலை ஐந்து மணி வரை நான் பேசுவதை எழுத்தில் கொண்டு வர வேண்டும் என்றால், ஆயிரம் பக்கம் காணும். உங்களுக்குச் சொல்ல என்னிடம் ஆயிரம் விஷயம் இருந்தால், அதில் ஒரு பத்தைத்தான் இதுகாறும் எழுதியிருக்கிறேன். அதுதான் என்னுடைய நூறு புத்தகங்கள். அதனால்தான் நம்முடைய ஆசான்கள் மூவாயிரம் ஆண்டுகளாகப் பேசிக் கொண்டே இருந்தார்கள். பேச்சிலும் நேர்ப்பழக்கத்திலும் பல *nuances* கிடைக்கும். அதெல்லாம் எழுத்தில் வராது. ஆனால் என்னுடைய பள்ளி ஒரு ஜென் குருவின் பள்ளி போன்றது. அவ்வப்போது அடிகள் விழும். அந்த அடிகளும் ஃபேஸ்புக்கில் விழும். பெயர் போட்டு விழும். அப்படி விழும்போது அதைத் தாங்கிக் கொண்டு வந்தால் நீங்கள் அதிர்ஷ்டசாலி. இல்லையேல் எழுத்தை மட்டும் படித்துக் கொண்டு போகலாம்.

இந்த விஷயத்தில் என் சுதந்திரத்தில் குறுக்கிடாமல் என் பெயரைப் போடாதே அதைப் போடாதே இதைப் போடாதே என்றெல்லாம் நிபந்தனை விதிக்காமல் பழகுபவர்கள் ஒருசிலர்தான். சீனியும் ஸ்ரீராமும். ஒருமுறை ஒரு நண்பர் என்று போட்டு விமர்சித்து எழுதியதற்கு இரண்டு பேர் எனக்கு ஃபோன் செய்து ஏன் பெயரைப் போடவில்லை என்று கோபித்துக் கொண்டார்கள். அந்த உரிமையை எனக்குக் கொடுத்தால் என்னால் சுதந்திரமாக இயங்கவும் எழுதவும் முடியும். இல்லாமல் நான் ஏதேனும் தவறைச் சுட்டிக்காட்டி ஃபேஸ்புக்கில் எழுதினால் அதை ஏதோ வாழ்க்கையின் மிகப் பெரிய அவமானமாக எடுத்துக்கொண்டு மூஞ்சியைத் தூக்கி வைத்துக் கொண்டால் உங்களுக்கும் எனக்கும் எந்தச் சம்பந்தமும் இல்லை என்று போய் விடுவேன். நஷ்டம் எனக்கு இல்லை. உங்களுக்குத்தான். என் பள்ளியில் ஆசிரியர் – மாணாக்கர் என்ற அதிகாரப் படிநிலை ஏதும் கிடையாது. எல்லோரும்

நண்பர்களே. ஆனால் தவறைக் கண்டித்தால் அதை ஏற்றுக் கொள்ள வேண்டும். *With me, everything; without me, nothing* என்ற கதைதான். ஃபேஸ்புக்கில் எழுதாதீர்கள்; நேரடியாகச் சொல்லுங்கள் என்று ஒரு பிராது. பெயரைப் போடாமல் எழுதுங்கள். அடுத்த பிராது. இப்படியெல்லாம் நிர்ப்பந்தம் கொடுத்தால் உங்களுக்கும் எனக்கும் எந்தச் சம்பந்தமும் இல்லை. தப்புக்கு மேல் தப்பு, அதைச் சரி கட்டுகிறேன் என்று அதற்கும் மேல் தப்பு. பிறகு இன்னொரு தப்பு. தப்புக்கு மேல் தப்பு. அழுகை. பிலாக்கணம். கடைசியில் எல்லாமே தப்பு. ஓடிப் போ என்று துரத்தி விடுவேன். அவ்வளவுதான். ஏம்ப்பா தம்பி, 'சாரு என் தகப்பன். அவர் என்னைத் திட்ட அவருக்கு உரிமை உண்டு' என்று சொல்ல வேண்டியதுதானே? அதை விட்டு விட்டு ஏன் எல்லோரிடமும் போய் அழுது புலம்புகிறாய்? அப்படியானால் நான் அல்லவா ஏதோ தப்பு செய்து விட்டது போல் ஆகிறது? பண்ணினதெல்லாம் நீ. அதை உன் பெயர் போட்டு எழுதி விட்டேன். கடைசியில் அது அல்லவா பெரிய இமாலயத் தவறு போல் ஆகி விட்டது? நீ என்ன சொல்லியிருக்க வேண்டும்? மேலே படி.

ஒரு குரு தன் சிஷ்யனிடம் இங்கேயே நின்று கொண்டு இரு என்று சொன்னார். மாணவரும் நின்றார். வெட்ட வெளி. பனி கொட்டியது. குளிரில் உடல் விறைத்தது. மலஜலம் கூடப் போகவில்லை. நீர் அருந்தவில்லை. நின்ற இடத்திலேயே நின்றான் சிஷ்யன். பகல் கடந்து இரவு வந்தது. மீண்டும் பகல். மீண்டும் இரவு. மீண்டும் பகல். மீண்டும் இரவு. மூன்று தினங்கள் கடந்து விட்டன. நான்காம் நாள் காலையில் அங்கே வந்த குரு என்னோடு வா என்று அவனை அழைத்துச் சென்றார். முதல் சோதனை, அவனுக்குத் தன் வார்த்தையில் நம்பிக்கை இருக்கிறதா? அதற்குப் பிறகுதான் அவனுடைய மனோபலம், தேகபலம். இந்த மூன்றும் அவனிடம் இருந்தன. யோகியின் சுயசரிதை நூலில் இந்தச் சம்பவம் வருகிறது. அந்த சிஷ்யன்தான் பின்னாளில் உலகப் புகழ் பெற்ற பரமஹம்ஸ யோகானந்தா. அப்படிப்பட்ட நம்பிக்கை என்னோடு பழகுபவர்களுக்கு என் மீது இருக்க வேண்டும். இல்லையெனில், உங்களுக்கு என் பள்ளியில் இடம் இல்லை.

இவ்வளவு பீடிகையும் எதற்கு என்றால், இப்போது ஒரு நண்பரைப் பற்றி எழுதப் போகிறேன். பெயர் வேண்டாம். பாருங்கள். பெயரைப் போட்டுத்தான் எழுதியிருப்பேன். பெயரைச் சொன்னால் என் பெயர் கெட்டு விடும் என்கிறார்கள். என் கைகள் கட்டப்படுகின்றன. சரி, நண்பர் என்றே வைத்துக் கொள்வோம். நண்பர் எனக்காகப் பல உதவிகள் செய்திருக்கிறார். எனக்கு பத்து கரங்கள் உண்டு என்றால், அதில் அவர் ஒரு கரம். நேற்று என் *word file*இல் தட்டச்சு செய்வதில் ஒரு இடைஞ்சல். அதைச் சரி செய்யாவிட்டால் வேலை செய்ய முடியாது. கொரோனாவின்போது யாரும் யாரையும் சந்திக்கக் கூடாது. ஆனால் இதைச் சரி செய்யாவிட்டால் என்னால் எதுவுமே செய்ய முடியாது. நண்பரிடம் வர முடியுமா என்று கேட்டேன். நண்பரும் வந்தார். ஆஃபீஸ் முடிந்து வீட்டுக்குப் போய் குளித்து விட்டு வந்தேன் என்றார். ஆகா என்று பாராட்டினேன். அவர் கை வைத்ததும் பிரச்சினை சரியாகி விட்டது.

கிளம்பும் போது கேக் பாக்கெட் ஒன்றைக் கொடுத்தார். ஆகா, இதைப் பற்றித்தானே பக்கம் பக்கமாக எழுதித் தள்ளிக் கொண்டிருக்கிறேன்? சமீபத்தில் கூட எனக்காக ஒரு பேனா வாங்கிக் கொண்டு வந்து கொடுத்த அன்பர் ஒருவரைப் பற்றி எழுதியிருந்தேனே? எல்லாமே தஸ்தயேவ்ஸ்கியின் அழையா விருந்தாளி கதைதான். எல்லோரும் நல்லவரே. ஆனால் நல்லவர்களால்தான் பிரச்சினையே. அதுதான் தஸ்தயேவ்ஸ்கியின் அழையா விருந்தாளி கதை. ஆங்கிலத்தில் *A Nasty Story* என்ற தலைப்பில் கிடைக்கும். அதைப் படித்துப் பாருங்கள். நல்லவர்களாக வாழ்ந்து, நாம் நல்லது செய்கிறோம் என்று நினைத்து மற்றவர்களுக்கு எத்தனை மன உளைச்சல் கொடுக்கிறோம் என்று தெரியும். நண்பர் கேக் பாக்கெட்டைக் கொடுக்கும்போதே தெரிந்து விட்டது இது தஸ்தயேவ்ஸ்கி கதைதான் என்று.

எனக்குக் கேக் அவ்வளவாகப் பிடிக்காது. மேலும் எல்லா வகை கேக்குகளையும் வளைத்துப் போட்டு சாப்பிட மாட்டேன். சென்னையில் ஒரே ஒரு இடத்தில் செய்யும் கேக் மட்டும்தான்

சாப்பிடுகிறாற்போல் இருக்கும். சிஐடி காலனியில் உள்ள பத்மஸ்ரீ கேக். சென்னையில் வேறு எந்த கேக்கையும் தொட மாட்டேன். சென்னையில் செய்யப்படும் கேக் எதுவும் வாஸ்தவத்தில் கேக்கே இல்லை. இட்லி என்ற பெயரில் ஒரு ரைஸ் கேக் கொடுக்கிறார்கள் இல்லையா, அதே மாதிரிதான் இந்த கேக்கும். என்னுடைய கவலை அது அல்ல; இந்த கேக்குக்கு செலவான நூறு ரூபாய் வீணாகி விட்டதே என்பதுதான். என்னைப் பொருத்தவரை, என் பணம் உங்கள் பணம் எல்லாம் ஒரு பணம்தான். அதாவது, என் நண்பர்களின் பணம். மேலும், அந்த நூறு ரூபாய்க்கு வேறு எத்தனையோ காரியங்களைச் செய்யலாம். எனக்கு அடிக்கடி மருந்து தீர்ந்து போய் விடுகிறது. *Cadmet XL 25* என்று ஒரு மாத்திரை. இதை நான் ஆயுள் பரியந்தம் சாப்பிட்டாக வேண்டும். ஆனால் இங்கே என் வீட்டுக்குப் பக்கத்தில் உள்ள அப்பல்லோவில் எப்போதுமே இல்லை என்ற பதில்தான் வரும். டாக்டரிடம் சொன்னேன். அவர் ஒரு நம்பர் கொடுத்தார். அவரிடம் கேட்டேன். நேராக உங்களுக்குக் கொடுக்க இயலாது; மருந்துக் கடையிலிருந்து கேட்டால் கொடுக்கிறேன் என்றார். உடனே அப்பல்லோவுக்குப் போய் நம்பரைக் கொடுத்து கேட்கச் சொன்னேன். இதோ அதோ. இதோ அதோ. எப்போது ஃபோன் பண்ணிக் கேட்டாலும் ஆர்டர் போட்டிருக்கிறோம் சார். இதுதான் ஒரே பதில்.

ஸ்ரீராமிடம் சொன்னேன். இத்தனைக்கும் மாத்திரை தீர்வதற்கு ஒரு வாரம் முன்பே நடவடிக்கையில் இறங்கி விட்டேன். அப்போதும் இந்த லட்சணம். ஒரு நாளைக்குத்தான் மாத்திரை இருந்தது. ஸ்ரீராம் கேட்மெட் இல்லை; ஆனால் அதற்கு சமமான மாத்திரை இருக்கிறது; வாங்கி எடுத்துக் கொண்டு வருகிறேன் என்றார். ஐயோ, தினமும் நூற்றுக்கணக்கான நோயாளிகளைச் சந்திப்பவர்; அவரை நேரில் சந்திப்பதா என்ற பயம் கிளம்பியது. அதனால் முத்துக்குமாரிடம் கொடுத்து அனுப்புங்களேன் என்றேன். சரி என்றார். ஆனாலும் எனக்கு மனம் ஒப்பவில்லை. முத்து அண்ணா நகரில் இருப்பவர். அங்கிருந்து ஜார்ஜ் டவுன் போய் மாத்திரையை வாங்கிக் கொண்டு சாந்தோம் வர வேண்டும். திரும்பவும் அண்ணா

நகர் போக வேண்டும். அப்போதுதான் சீனியின் உதவியால் *Dunzo*வின் அறிமுகம் கிட்டியது. சீனி மட்டுமே சீனியாய் இனிப்பது எப்படி என்றால் இப்படித்தான். சீனிதான் எனக்கு *Dunzo* பற்றிச் சொன்னார். *Dunzo*வைப் பயன்படுத்தினால் எவ்வளவு நேரம் மிச்சமாகிறது தெரியுமா? ஒரு நண்பர் கோடம்பாக்கத்தில் நண்பரின் அறையில் இருந்தார். எதிர்பாராமல் நண்பரின் அறையிலேயே தங்கும்படியான சூழல். உடனே தன் மனைவியிடம் டூத் பிரஷ், ஃபோன் சார்ஜர், துண்டு, வேஷ்டி, இதுபோல் இன்னும் ஒன்றிரண்டு சாதனங்களை எடுத்துப் பையில் போட்டு, இப்போது அங்கே வரும் ஆளிடம் கொடுத்து அனுப்பு என்றார் ஃபோனில். சாமான்களும் ஒரு மணி நேரத்தில் வந்து சேர்ந்தன. நாற்பது ரூபாய் கட்டணம். அதனால் முத்துக்குமார் மூலம் அனுப்ப வேண்டாம்; டன்ஸோ மூலம் அனுப்புங்கள் என்றேன். மாத்திரைகள் வந்து சேர்ந்தன. ஆனால் 140 ரூபாய் கட்டணம். பிறகு விசாரித்ததில் தெரிந்தது, தூரத்துக்கு ஏற்ற பணம்.

ஸ்ரீராம் கொடுத்து அனுப்பியது கேட்மெட் இல்லை; அதற்கு இணையான *Revelol XL 25* மாத்திரை. ஆனால் அப்புறம்தான் தெரிந்தது, கேட்மெட் அமேஸான் மூலமே கிடைக்கிறது.

இது எல்லாமே அந்த கேக்கைப் பார்த்ததும் ஞாபகம் வந்தது. அதை எழுதாதே, இதை எழுதாதே என்கிறீர்களே, இப்போது நான் உங்களுக்கு ஒரு முக்கியமான வாழ்க்கைப் பாடத்தைச் சொல்லப் போகிறேன். ஏற்கனவே உங்களுக்குத் தெரிந்திருந்தால் இதை நீங்கள் கடந்து போய் விடலாம். ஆனால் நான் பார்த்தவரை நூற்றுக்குத் தொண்ணூறு பேருக்கு இந்த விஷயம் தெரியவில்லை.

நாம் யாருக்காவது எதையாவது நம்முடைய அன்பின் நிமித்தமாகக் கொடுக்க விரும்பினால் அது அவர்களுக்குப் பிடித்தமானதா என்று தெரிந்து கொண்டு கொடுக்க வேண்டும். என்னைப் பொருத்தவரை நீங்கள் என்னிடமே கேட்டு விடலாம். அந்த நண்பர் எனக்கு ஃபோன் செய்து உங்களுக்கு என்ன வேண்டும் என்று கேட்டிருந்தால் ஒரு

பூனை உணவு பாக்கெட் என்று சொல்லியிருப்பேன். நூறு ரூபாய்க்குக் கூட சின்ன சின்ன பாக்கெட்டுகள் உள்ளன. ஏனென்றால், பல சமயங்களில் பூனை உணவு தீர்ந்து போய், மிகவும் இக்கட்டான சூழ்நிலைகளில் பூனை உணவு தேடி கடை கடையாக அலைந்திருக்கிறேன். அலைந்து கொண்டும் இருக்கிறேன். ஞாயிற்றுக்கிழமை மாலை பூனை உணவு தீர்ந்து போனால் அதோ கதிதான். அப்போது எந்தக் கடையும் இருக்காது. இதையெல்லாம் பார்த்து திட்டமிட்டு முன்கூட்டியே அமேஸான் மூலம் ஆர்டர் கொடுக்க வேண்டும். ஆனால் அப்படியெல்லாம் செய்து கொண்டிருந்தால் நான் சுத்தமாக எழுத்தையே விட்டு விட வேண்டியதுதான். ஒரு வார்த்தை கூட எழுத முடியாது. என் வீட்டில் பத்து பூனைகளும் கீழே தரைத்தளத்தில் பத்து பூனைகளும் உள்ளன.

சரி, இவ்வளவு வேண்டாம். எனக்குத் தினந்தோறும் இரவு உணவாக இருக்கும் மாதுளை வாங்கி வரலாம். ம்ஹூம். மாதுளையில் மட்டும் எல்லோரும் தோற்று விடுகிறார்கள். இங்கே மைலாப்பூர் பகுதியில் ஒரு மாதுளை எண்பது ரூபாய் விற்கிறது. நன்கு குண்டாக சிவப்பாக இருக்கும். ஆர்வத்துடன் வாங்கி வருவார்கள் நண்பர்கள். உரித்துப் பார்த்தால் பாதி கெட்டுப் போய் இருக்கும். அது ஏம்ப்பா, உன் நண்பர்களுக்கு மாதுளையே வாங்கத் தெரியவில்லை என்று ஆச்சரியத்துடன் கேட்பாள் அவந்திகா. ஒரே ஒருத்தருக்குத் தெரியும்; ஆனால் அவருக்கு நீ நிரந்தரமாகத் தடை விதித்திருக்கிறாயே என்று நினைத்துக் கொள்வேன். சொல்ல மாட்டேன். ஆம்; எங்கள் வாசகர் வட்ட சந்திப்புகளில் சீனிதான் மாதுளை வாங்கி வருவார். ஒன்று கூட கெட்டுப் போனதாக இருக்காது. சீனிக்கு ஏதோ அதிர்ஷ்ட ஜாதகம்தான். அது இலக்கியத்திலும் வேலை செய்து அவர் பெருமாள் முருகன் போல் ஆனால் எனக்குக் கொஞ்சம் ஆதாயமாக இருக்கும்.

நான் வாங்கும் மாதுளையும் எப்போதும் சோடை போனதில்லை. நான் இதில் நிறைய சோதனை முயற்சிகள் செய்து பார்த்திருக்கிறேன். இங்கே மைலாப்பூர் பகுதியில் சேமியர்ஸ் ரோட்டில் உள்ள பழமுதிர் நிலையம் கடையில்

மட்டுமே அழுகாத மாதுளை கிடைக்கிறது. விலை அதிகம். ஒரு பழம் வாங்கினால் தொண்ணூறு ரூபாய். பத்து பழம் வாங்கினால் எடைக்குத் தகுந்தாற்போல் கிட்டத்தட்ட ஆயிரம் ரூபாய் ஆகி விடுகிறது.

மாதுளையில் இந்த அழுகல் விவகாரம் தலையெடுப்பதால் மாதுளை வாங்குவது சிலாக்கியம் அல்ல. சரி, இந்த கேக்கை என்ன செய்யலாம் என்றாள் அவந்திகா. இப்படி கொரோனா வைரஸ் ஊரையே மிரட்டிக் கொண்டிருக்கும்போது யாராவது கேக் வாங்குவார்களா என்றும் கேட்டாள். ”பாவம்மா, அன்பு மிகுதியில் செய்து விட்டார். என்ன செய்வது?” என்றேன். ஏன் உன் நண்பர்களும் உன்னைப் போலவே இருக்கிறார்கள் என்றாள். இல்லை என்றேன்.

கேளுங்கள். இதுதான் இன்று நான் உங்களுக்கு அளிக்கும் பரிசு. அசோகமித்திரனைப் பார்க்கச் செல்லும்போது ”சார், உங்களுக்கு என்ன வேண்டும்?” என்று கேட்பேன்.

ஒண்ணும் வேண்டாம், வாங்கோ போதும் என்பார்.

ம்ச்ச்... சொல்லுங்க சார்.

ஒண்ணும் வேண்டாம்.

சார். நீங்கள் இப்போது சைக்கிள் எடுத்துக் கொண்டு வெளியே போவதில்லை. வீட்டிலேயேதான் இருக்கிறீர்கள். நானோ வெளியிலிருந்து வருகிறேன். வரும்போது உங்களுக்கு என்ன தேவைப்படுகிறதோ அதை வழியில் வாங்கிக் கொண்டு வரப் போகிறேன். இதில் என்ன எனக்கு சிரமம்?

சரி, அப்படியானால் ஒரு மிளகாய் பஜ்ஜி வாங்கி வாங்கோ.

ஒண்ணா, ரெண்டா, நாலஞ்சா சார்.

ஒண்ணே ஒண்ணு போறும். அதுக்கு மேலே சாப்பிட மாட்டேன்.

அழகிய சிங்கருக்கு ஃபோன் போட்டு ”என்னஙக இது, ஒரே ஒரு மிளகா பஜ்ஜி போதுங்கிறார்?” என்பேன். அவர்

சிரித்துக்கொண்டே, ஆமா ஆமா அவர் ஒண்ணுக்கு மேல சாப்பிட மாட்டார் என்பார்.

இன்னொரு நாள் தென்னமரக்குடி எண்ணெய் வாங்கி வரச் சொன்னார். சொல்லும் போதே அஞ்சு ரூபாதான் இருக்கும்; கடைக்கும் ரொம்ப அலைய வேண்டாம். எங்க வீடு இருக்கோல்யோ, அந்தத் தெரு முனைல கிடைக்கும் என்றார். கிடைத்தது. அஞ்சு ரூபாய்தான்.

குழந்தைகளாக இருந்தாலும் சரி, மனைவியாக, கணவனாக இருந்தாலும் சரி, அவர்களுக்கு எது விருப்பமோ, அவர்களுக்கு அது தேவையோ அதை வாங்கிக் கொடுங்கள். உங்கள் இஷ்டத்துக்கு வாங்கிக் கொடுத்து அந்தப் பணத்தை, அந்தப் பொருளை வீணடிக்காதீர்கள்.

இப்படி அடிக்கடி நடப்பதால்தான் நான் இதை இத்தனை விலாவாரியாக எழுத வேண்டியுள்ளது. சென்ற மாதம் நாகேஸ்வர ராவ் பூங்காவில் நண்பரான ஒரு அன்பர் 500 ரூ. விலையுள்ள பார்க்கர் பேனா ஒன்று வாங்கிக் கொடுத்தார். என்னிடம் ஏகப்பட்ட பேனாக்கள் உள்ளன. இந்த 500 ரூபாய்க்கு பூனைக்கான உணவை வாங்கியிருக்கலாம். அல்லது பணமாகவே கொடுத்திருந்தாலும் நான் அதை நல்ல முறையில் செலவு செய்திருப்பேன். நல்ல செலவு என்ன? எனக்கு மருந்து அல்லது பூனை உணவு.

அவரது செயலைக் கண்டிக்கலாம் என்று பார்க்கிறேன்; பேனாவைக் கொடுத்து விட்டு ஆள் காணாமல் போய் விட்டார். ஒரு மாதமாக ஆளைக் காணோம். இப்படித்தான் நாம் நம்முடைய அன்பை எப்படி வெளிப்படுத்துவது என்று தெரியாமல் எல்லோரையும் டார்ச்சர் செய்து கொண்டிருக்கிறோம். ஏதாவது நிகழ்ச்சிக்குப் போனால் புத்தங்களைப் பரிசாகக் கொடுக்கிறார்கள். இதை விட விஷம் வைத்துக் கொல்லலாம் ஐயா. எந்தப் புத்தகம் படிக்க வேண்டும் என்று நான்தானே முடிவு செய்ய வேண்டும்? சிங்கப்பூர் போயிருந்தேன். பல நண்பர்கள் அன்புடன் தாங்கள் எழுதிய புத்தகங்களைக் கொடுத்தார்கள். ஒரே ஒருவரிடம்தான்

நானே புத்தகத்தைக் கேட்டு வாங்கினேன். மொத்தம் இருபது புத்தகங்கள். அவர்கள் எல்லோருக்குமே நான் நேராக இந்தியா திரும்பவில்லை; கோ சுமாய் (தாய்லாந்து) தீவுக்குப் போகிறேன் என்று நன்றாகத் தெரியும். அதற்கு நான் சிங்கப்பூரிலிருந்து பாங்காக் போய் அங்கிருந்து இன்னொரு விமானம் பிடித்து கோ சுமாய் போய் அங்கிருந்து பஸ், படகு, கார் என்று அது ஒரு மிக நீண்ட பயணம். இருபது புத்தகத்தில் பாதியை சிங்கப்பூர் விமான நிலையத்திலேயே எடை அதிகம் என்று சொல்லிப் பிடுங்கித் தூக்கிப் போட்டு விட்டார்கள். அதுவும் அது ஒரு ஆளில்லா விமான நிலையம். எல்லாவற்றுக்குமே எந்திரம்தான். என்னிடம் என்ன பிரச்சினை என்று கூட என்னால் கண்டுபிடிக்க முடியவில்லை. பிறகு உமா கதிர்தான் உள்ளே வந்து எடையைக் குறைத்தார். மீதி புத்தகங்களை கோ சுமாய் கடலில் தூக்கி எறியும்படி நேர்ந்தது. ஏனென்றால், அந்த மிகப் பெரிய படகின் மேல் தளத்துக்கு என்னால் அவ்வளவு எடையையும் தூக்கிக் கொண்டு செங்குத்தான இரும்புக் கம்பிப் படிக்கட்டுகளில் ஏற முடியவில்லை. மிகக் கோபத்துடன் எல்லாவற்றையும் கடலில் தூக்கி எறிந்தேன். ஏன் ஐயா, இப்படியா சுமையைத் தூக்கச் செய்வது? நீங்கள் உருவாக்கிய சிலுவையை நான் ஏன் சுமந்து திரிய வேண்டும்? நீங்கள் என்ன செய்ய வேண்டும்? என்ன செய்திருக்க வேண்டும்? என்னுடைய முகவரியைக் கேட்டுக் கொண்டு என் வீட்டுக்கு அனுப்ப வேண்டியதுதானே? அடுத்தவரின் கஷ்டத்தை உணர வேண்டிய எழுத்தாளர்களே இப்படி இருக்கலாமா?

என் மீது இதற்காகக் கோபப்படுவீர்களா? எஸ்.ரா.விடமும் இதையேதான் செய்திருப்பீர்கள். சிங்கப்பூருக்கு வரும் எல்லா எழுத்தாளர்களிடமும் இதையேதான் செய்திருப்பீர்கள். எல்லோரும் உங்களைத் திட்டிக் கொண்டே உங்கள் சிலுவையைச் சுமந்திருப்பார்கள். நான் மட்டுமே உங்கள் தவறைச் சுட்டிக் காட்டுகிறேன், இனிமேல் செய்யாதிருங்கள் என்று. அதற்காக நீங்கள் எனக்கு நன்றிதான் சொல்ல வேண்டும்.

எனவே என்னிடம் ஒரு வார்த்தை கேளுங்கள். கூச்சம் வேண்டாம். என்ன வேண்டும் என்று சொல்கிறேன்.

வாங்கி வாருங்கள். நண்பர் கொடுத்த கேக்கை அவந்திகா வாட்ச்மேனிடம் கொடுத்து விட்டாள். அடப்பாவி, வாட்ச்மேனிடம்தானே கொடுத்தீர்கள், அதற்கு ஏன் இத்தனை திட்டு என்று அதிராதீர்கள். வாட்ச்மேனுக்கு எதைக் கொடுத்தாலும் அதை நான் கொடுப்பேன். கொடுத்துக் கொண்டும் இருக்கிறேன். நீங்கள் எனக்கு அன்போடு வாங்கி வந்ததை நான் உபயோகப்படுத்திக் கொள்ள முடியாமல் போயிற்றே என்பதும், மற்ற சிலதும்தான் இங்கே முக்கியம். குறிப்பாக, எனக்கு சில விஷயங்கள் மிகவும் தேவையாய் இருக்கின்றன.

25.3.2020

33. ஃபூக்கோவை முன்வைத்து...

ஃபூக்கோவை முன்வைத்து ஃபேஸ்புக்கில் பின்வருமாறு ஒரு உரையாடல்:

”கலை என்பதை அது தொடர்பான நிபுணர்கள் அதாவது கலைஞர்கள்தான் உருவாக்குகிறார்கள் என்று சொல்லப்படுகிறது. அப்படியானால் ஒவ்வொருவருடைய வாழ்வும் கலை இல்லையா? ஒரு வீடோ அல்லது ஒரு விளக்கோ கலைப்பொருளாகக் கருதப்படும்போது நமது வாழ்க்கை ஏன் கலை என அங்கீகரிக்கப்படவில்லை?”

மிஷல் ஃபூக்கோ.

அராத்து: கலைக்கு கற்பனை தேவை. படைப்பூக்கம் இருக்க வேண்டும். நம் அன்றாட வாழ்வில் என்ன பெரிய கற்பனையும் படைப்பூக்கமும் இருக்கிறது? தினமும் ஒரே மாதிரி சாப்பிட்டு ஒரே மாதிரி ஆய் போய் ஒரே மாதிரி மேட்டர் செய்வது எப்படி கலையாகும்?

செல்வகுமார்: கொரோனாவுக்கு முன்பு கொரோனாவை நாம் கற்பனை செய்திருக்கிறோமா? இப்போது அந்த எதார்த்தத்துடன் வாழ்வதற்கு நாம் பழகிக் கொள்ளவில்லையா?

இத்தனை த்ரில்லை வேறு எங்காவது அனுபவிக்க முடியுமா? ஒவ்வொருவரும் கடைசியாகத் தாங்கள் இன்னொருவரை முத்தமிட்டு எத்தனை நாட்களாகிவிட்டன என்ற ஆச்சரியம் எழவில்லையா?

அராத்து: நாய் கூடத் தான் மேட்டர் செய்து விட்டு கொஞ்ச நேரம் மாட்டிக் கொண்டு நின்று கொண்டிருக்கும். இதையெல்லாமா கலை என்று சொல்லமுடியும்?

சிசிஃபஸ்: நீட்ஷே கிட்டத்தட்ட இப்படி கூறுகிறார்:

"In art man enjoys himself as perfection. Art is then the supreme delight of existence.Art is the fountain and source of joy in the world par excellence.Art is what makes life endurable and thus possible. Art is what make life worth living."

அராத்து: மனித வாழ்விலிருந்து கலை நீக்கப்பட்டு விட்டாலும் அந்தந்த காலகட்டத்தில் அது மனித வாழ்வை மீறியதாக இருக்கிறது. அந்த மீறல், மனிதன் இன்னும் வாழ்வதற்கான தேவையை உண்டாக்குகிறது. சில சமயங்களில் மனித வாழ்விற்கும் கலைக்கும் சம்பந்தமே இருப்பதில்லை. இதை நாம் எப்படி புரிந்து கொள்வது?

மனிதவாழ்வு தொடக்கத்திலிருந்து ஒரு மாதிரி தொடர்ந்துகொண்டிருக்கிறது. அந்த மனித வாழ்வில் இருந்து உருவான ஆதி கலை தனக்கான தனிப் பாதையை உருவாக்கிக் கொண்டு அது தனியாக பயணித்துக் கொண்டிருக்கிறது.

வாழ்வும் கலையும் எங்கேயும் எப்போதேனும் சந்தித்துக் கொள்ளலாம். அது ஒரு இனிய தருணம், அவ்வளவுதான்.

மற்றபடி மனித வாழ்வு எப்போதும் கலை ஆகாது.

சாரு: செல்வா மற்றும் நண்பர்களுக்கு, என்னுடைய மெதூஸாவின் மதுக்கோப்பையில் ஃபூக்கோவை ஹெலன் சிஸு காலி பண்ணிக் கழுவி ஊற்றும் பல கட்டங்களை எழுதியிருக்கிறேன். மேலே உள்ள ஃபூக்கோவின் மேற்கோள், அதை அந்த மேற்கோளாக மட்டும் பார்த்தால் சுத்தப் பேத்தல்.

ஃபூக்கோவுக்கும் உளறுவதற்கு உரிமை இல்லையா என்ன? சார்த்தர் காலாவதியானது போல் ஃபூக்கோவும் காலாவதி ஆகி ரொம்ப காலம் ஆகிறது. இம்மாதிரி மேற்கோள்களுக்கும் கூட காலம் முடிந்து விட்டது போல் தோன்றுகிறது. சொல்லப் போனால், ஃபூக்கோ இந்த நூலிலேயே இதே மேற்கோளை பின்னால் மறுதலிக்கவும் வாய்ப்பு உண்டு. நான் உங்கள் யாருக்குமே ஃபூக்கோவை வாசிக்க சிபாரிசு செய்ய மாட்டேன். ஏனென்றால், *Quantum mechanics* இல் உள்ள நான்கு அம்சங்களான *quantization of physical properties, quatum entanglement, principle of uncertainty and wave- particle* என்பனவற்றில் *Principle of Uncertainty*யை மட்டும் எடுத்துக் கொண்டு *momentum and position*ஐ விளக்கினால் எப்படியோ அப்படித்தான்.

உங்களுக்கு குவாண்டம் மெக்கானிக்ஸ் படிக்க ஆர்வம் இருந்தால் மட்டுமே அதைப் படிக்கலாம். இல்லாமல் திடீரென்று போய் *Principle of Uncertainty* என்று உட்கார்ந்தால் என்ன பயன்? ஃபூக்கோவைப் புரிந்து கொள்ள வேண்டுமானால் ஃபூக்கோ ரீடர் படியுங்கள். படித்தால் ஃபூக்கோவின் சாரத்தைப் புரிந்து கொள்ளலாம். ஆனால் ஃபூக்கோவை மறுத்து அதற்கு மேல் சென்று விட்டார்களே?

ஃபூக்கோவுக்கு மூன்றாம் உலக நாடுகள் பற்றியோ அதன் பிரச்சினைகள் பற்றியோ எதுவுமே தெரியாது. ஃபூக்கோவின் முக்கியத்துவம் என்னவென்றால், அதுவரையிலும் எந்தத் தத்துவவாதியும் தொடாத பகுதிகளைத் தொட்டு விளக்கினார்; ஆய்வு செய்தார். முக்கியமாக, சிறைச்சாலைகள், மனநோய் மருத்துவமனைகள், பாலியலின் வரலாறு, தண்டனை முறைகள். இதெல்லாம் தத்துவத்தில் அதுகாறும் விலக்கி வைக்கப்பட்டவையாக இருந்தன. இது எல்லாவற்றையும் விட முக்கியம், அதிகாரம் பற்றிய அவரது புதிய சிந்தனைகள்.

சுருக்கமாகச் சொன்னால், ஃபூக்கோவைப் பயில்வதை விடவும் ஜார்ஜ் பத்தாயைப் (*Georges Bataille*) படிப்பது நமது கருத்துலகப் பயணத்துக்கு உதவியாக இருக்கும். அதை விட

உத்தமம், புனைகதைகள் படிப்பது. அதுவே இரண்டு மூன்று தலைமுறைகளுக்கு உள்ளன. ஃபூக்கோ, ஜார்ஜ் பத்தாய் போன்றவர்களையெல்லாம் நாம் புத்திஜீவிகளிடம் கொடுத்து விடுவோம். பாவம், எல்லோருடைய ஏரியாவையும் நாமே அப்பிக் கொள்ளலாமா செல்வா?

16.4.2020

34. வரம்

முன்னோடிகள் குறித்த என் பேச்சைப் பதிவு செய்த காணொலியை மறுநாள் யூட்யூபில் போடுவது பற்றி ஸ்ரீராம் என்னோடு பேசினார். உரையாற்றும் நேரத்தில் கலந்து கொள்பவர்கள் நூறு பேர்தான் என்றாலும் மறுநாள் அதை யூட்யூபில் இரண்டாயிரம் மூவாயிரம் பேர் பார்க்கிறார்கள்; அது முக்கியம் இல்லையா, எழுத்து ஜனநாயகப்படுத்தப்பட வேண்டாமா, பலரையும் சென்றடைய வேண்டாமா, மட்டுமல்லாமல் நீங்கள் தரும் ஞானம் வெறும் நூறு பேருக்கு மட்டும்தானா என்றெல்லாம் ஸ்ரீராம் அபிப்பிராயப்பட்டார். கருத்து ரீதியாக அவர் சொல்வதில் எனக்கு நூற்றுக்கு நூறு உடன்பாடு உண்டு. ஆனால் 2000 ஆண்டுகளுக்கு முன்னே அரசர்களின் சபைகளில் அரசர்களைப் புகழ்ந்து பாடி பரிசில் பெற்றுக் கொண்டு போனார்களே சங்கப் புலவர்கள், அவர்களின் வாரிசாக நான் யோசிக்கிறேன்.

ஔவைதான் என்று ஞாபகம், அரசன் அவளுக்குப் பரிசு தராமல் விரட்டி விடுகிறான். வாயிற்காப்போனிடம் அரசனை நிந்தனை செய்து பாடி விட்டுப் போகிறாள். அந்தக் கஞ்ச அரசனின் மகன்தான் பெரிய வள்ளலாக இருந்தான். பெயர்கள்

ஞாபகம் இல்லை. இப்போது போய் அதில் ஆராய்ச்சி செய்யவும் நேரம் இல்லை. ஆனால் விஷயம் இதுதான். ஞானம் எல்லோரையும் சென்றடையத்தான் வேண்டும். ஆனால் நமது *entertainers*க்கு நம் பொழுதை ஜாலியாகக் கழிக்கும் மிமிக்ரி தாமு, கஞ்சா கருப்பு, விஜய், அஜித், கமல் போன்றவர்களுக்குக் கோடி கோடியாகக் கொட்டிக் கொடுக்கும் மக்கள், யூட்யூபில் இலக்கியத்தையும் இலவசமாகக் கேட்காமல் ஒரு பத்து ரூபாய் கொடுக்கலாமே என்பதுதான் என் கருத்து. 2000 பேர் பார்க்கிறார்கள், எல்லோருமே பத்து ரூபாய் கொடுக்க மாட்டார்கள். ஒரு நூறு பேர் நூறு ரூபாய் கொடுத்தால் பத்தாயிரம் ஆயிற்றே? ஒரு மாத காலம் உழைத்துப் பேசுபவனுக்கு அது ஒரு சன்மானம் இல்லையா? மீண்டும் சொல்கிறேன், மூவாயிரம் ஆண்டுப் பாரம்பரியத்தில் நான்தான் முதல்முதலாகக் கூச்சத்தை விட்டு இதைச் செய்கிறேன். கூச்சத்தை விட்டு என்பதை கவனியுங்கள். பணம் என்றதும் எல்லோரும் கூசுகிறார்கள். ஏனென்றால், எல்லோரும் பணத்தைப் புனிதமான விஷயமாக, ஒரு பெண்ணின் கற்பைப் போல் பார்க்கிறார்கள். பணமா ஐயோ என்று பதறுகிறார்கள். அதாவது, பணத்தைக் கொடுப்பதற்கு அல்ல; வாங்குவதற்குக் கூட. நாம் என்ன லஞ்சமா வாங்குகிறோம்?

ஆனால் ஸ்ரீராம் சொல்வது போல் பணம் வாங்கிக் கொண்டு பேச்சு அடங்கிய ஒலி/ஒளித் தகட்டை எப்படிக் கொடுப்பது, யூட்யூபில் நம் பேச்சைப் போடுவதற்கு எப்படிக் கட்டணம் வசூலிப்பது என்ற தொழில்நுட்ப விஷயமெல்லாம் எனக்குத் தெரியாது. சீனியைத்தான் கேட்க வேண்டும். இது விஷயத்தில் என்னுடைய கருத்து மிகவும் எளிமையானது. புத்தகத்தைக் காசு கொடுத்து வாங்குகிறோம். ஒன்றரை மணி நேரப் பேச்சும் அதைப் பேசுபவனின் *intellectual property*தானே? அதையும் ஒரு குறைந்த விலை கொடுத்து வாங்கலாமே? எனக்கு தஸ்தயேவ்ஸ்கி பற்றிய எஸ்.ரா.வின் ஒன்றரை மணி நேரப் பேச்சை இலவசமாகக் கேட்டதே பெரும் உறுத்தலாக இருக்கிறது. ஆடியோ புத்தகங்கள் வருகிறது இல்லையா, அதைப் போல இந்தப் பேச்சும் உரையாடலும். இன்னொரு விஷயத்தையும் கவனிக்க

வேண்டும். முப்பத்தைந்து ஆண்டுகளாக இலவசமாக எழுதிக் கொண்டிருந்தேன் இல்லையா, இப்போது அறுபத்தாறாவது வயதில்தானே கட்டணம் வைத்திருக்கிறேன்?

அதனால் என்னைக் கொஞ்சம் பொறுத்துக் கொள்ளுங்கள். மேலும், சினிமாவில் சம்பாதித்தால் எழுத்தையும் பேச்சையும் இலவசமாகவே கொடுக்கலாம். சினிமாவில் நுழைய நிறைய சமரசங்கள் செய்ய வேண்டியிருக்கிறது. ஜெயமோகனுக்கோ எஸ்.ரா.வுக்கோ அந்தச் சூழ்நிலையே வரவில்லை. அதாவது, அவர்கள் சினிமாவை விமர்சிப்பவர்கள் அல்ல. அதனால் எந்த சிக்கலும் இல்லை. நானோ குருதிப் புனலிலிருந்து கெட்ட பெயர் வாங்கிக் கொண்டிருக்கிறேன். சரி, உலக இலக்கியம் தெரிந்த, ”இளையராஜாவும் சாரு நிவேதிதாவும் என்னை எப்படி வேண்டுமானாலும் விமர்சிக்கலாம்; அந்த உரிமையை அவர்களுக்குக் கொடுத்திருக்கிறேன்” என்று வெளிப்படையாகப் பத்திரிகையில் பேட்டி கொடுத்த மிஷ்கினுடனாவது நட்புடன் இருப்போம் என்று பார்த்தேன். ஆனால் சமீபத்தில் வந்த மிஷ்கினின் படத்தால் ரொம்பவே மன உளைச்சலாகி எதுவுமே திட்டாமல், விமர்சிக்காமல் வெறுமனே குட்பை மிஷ்கின் என்று மிகுந்த மன வருத்தத்தோடு ஒரு மெஸேஜ் அனுப்பி முடித்துக் கொண்டேன். பிறகு என்ன, கதை, காட்சி எல்லாவற்றையுமே இரண்டு மூன்று படங்களிலிருந்து உருவிப் போட்டு படம் எடுப்பவரிடம் நான் எப்படி நட்பு பாராட்ட முடியும்? அது அறம் அல்லவே? நேர்மையை என்னுடைய வாழ்க்கையில் மட்டும்தான் கடைப்பிடிப்பேன்; என் நண்பர்களைப் பற்றிக் கவலைப்பட மாட்டேன் என்று இருக்க முடியுமா? அது அறமா? மோசமான, படு மோசமான படம் எடுக்கலாம், தவறே இல்லை. திருடி எடுக்கக் கூடாது இல்லையா? அதுவும் இந்தக் காலத்தில்? படம் வெளிவந்த அடுத்த கணமே புட்டு புட்டு வைத்து விடுகிறார்கள். இப்படிப்பட்ட காலகட்டத்தில் திருட வேண்டுமானால் வெறும் திமிர் மட்டுமேதான் காரணம். நான் சினிமாக்காரன், நான் என்ன வேண்டுமானாலும் செய்வேன். என்னைக் கேட்க எந்தக் கொம்பனாலும் முடியாது. அப்படிப்பட்டவர்களோடு என்னால் பழக முடியாது; எவ்வளவுதான் நெருங்கிய நண்பனாக இருந்தாலும்.

இந்தக் காரணத்தினால்தான் என்னால் சினிமாவிலும் எழுதி சம்பாதிக்க முடியவில்லை. மேலும், என்னுடைய இயல்புக்கு சினிமா ஒத்து வராது. சொல்லுங்க மிஸ்டர் கமல் என்றுதான் ஆரம்பிப்பேன். அப்படிப்பட்ட வார்த்தையை அவர் வாழ்நாளில் கேட்டிருக்க மாட்டார். சார் என்றுதான் அழைக்க வேண்டும். நமக்கு அது சுட்டுப் போட்டாலும் வராது. கோடியே கொடுத்தாலும் வராது. ஏய்யா, அவர் என்ன என்னை சார் என்கிறாரா என்று கேட்பேன். நான் எதற்கு ஒருவரை சார் என்று அழைக்க வேண்டும்? ரஜினியையும் சொல்லுங்க மிஸ்டர் ரஜினிதான். பாலு மகேந்திராவையே பாலு என்றுதான் அழைப்பேன். இது அகந்தையோ மரியாதையற்ற செயலோ அல்ல. சமமான நபர்களை அவர்களின் அந்தஸ்துக்காக சார் போடுவதில்லை. இப்படியெல்லாம் இருக்கும் ஒரு ஆள் தங்களை தேவபுத்திரர்கள் என்று நினைத்துக் கொண்டிருக்கும் சினிமாக்காரர்களோடு ஒரு நிமிடம் பேசுவதே கடினம். அதனால்தான் நம்முடைய எழுத்து மற்றும் பேச்சோடு நிறுத்திக் கொள்வது. அதனால்தான் இதில் கொஞ்சம் கறாராகவே இருந்து கொள்வது. விளக்கி விட்டேனா?

இறுதியாக ஒன்று. இப்படி சமரசமின்றி வாழ நேர்ந்திருப்பது ஒரு வரம்.

21.5.2020

35.

நேற்று தமிழ் இந்துவில் வைரமுத்துவின் பிறந்த நாளை ஒட்டி ஒரு முழுப்பக்கக் கட்டுரை வந்ததாக அறிந்தேன். தமிழில் நான் மிக விரும்பிப் படிக்கும் இரண்டு கவிஞர்கள் அதில் வைரமுத்துவின் புகழ்பாடி எழுதியிருக்கும் கட்டுரைகளின் மேற்கோள்களையும் கண்டேன். வைரமுத்துவின் காலணிகளை நக்கி எழுதப்பட்டிருக்கும் கட்டுரைகளுக்குச் சொந்தக்காரர்கள் ஷங்கர் ராமசுப்ரமணியன், ஆசைத்தம்பி. ஷங்கர் ராமசுப்ரமணியனை நான் இருபது ஆண்டுகளாக அறிவேன். அவரா இப்படி என்ற அதிர்ச்சியிலிருந்து இன்னும் நான் மீளவில்லை. நானெல்லாம் பட்டினி கிடந்து செத்தாலும் சாவேனே தவிர இப்படி ஒரு காரியத்தில் ஈடுபட மாட்டேன். "ஒரு யுகச் சந்திப்பில் வைரமுத்து என்னும் நிகழ்வு உருவெடுக்கிறது" என்று சொல்லும் அளவுக்கு இலக்கியம் தெரியாத மூடர் அல்ல ஷங்கர். ஆனால் சொல்லியிருக்கிறார். இதைச் சொல்ல வேண்டிய தொழில் நிர்ப்பந்தம் எனக்கு ஏற்பட்டிருந்தால் இந்து அலுவலகத்திலிருந்து வெளியேறி ரோட்டுக்கு வந்திருப்பேன். அவ்வளவுதான்.

ஷங்கர் ராமசுப்ரமணியனின் புத்தகங்களை என்னிடமிருந்து செல்வகுமார் பெற்றுக் கொள்ளலாம். வைரமுத்து நோபல் பரிசுக்கு அடி போட்டார். இன்னமும் அடி போட்டுக் கொண்டிருக்கிறார்.

பாவம், அவருக்கு நல்ல மொழிபெயர்ப்பாளர் கிடைக்கவில்லை. கிடைத்தால் நோபல் கிடைக்கும். நோபலின் தரம் அவ்வளவு தாழ்ந்து கிடக்கிறது. பாடலாசிரியர்களுக்கெல்லாம் இலக்கிய நோபல் கொடுக்கிறார்கள். நோபலுக்கான முயற்சி ஒரு பக்கம் இருக்கட்டும், உள்ளூர் பரிசைப் பார்ப்போம் என்று ஞானபீடப் பரிசுக்கு முயற்சிக்கிறார். அதற்கான திட்டங்களில் ஒன்றுதான் இந்த இந்து முழுப்பக்கம். எனக்கு பத்திரிகை கிடைக்கவில்லை. யாராவது எலெக்ட்ரானிக் காப்பி அனுப்புங்கள். இங்கே என் வீட்டில் காகிதங்களுக்குத் தடை உள்ளது. படிப்பதற்காகக் கேட்கவில்லை. ஒரு முக்கியமான விஷயத்தைப் பார்க்க வேண்டும். பொதுவாக நாளிதழ்களில் முழுப்பக்க விளம்பரம் வரும் போது சில சமயங்களில் படமாகப் போடாமல் கட்டுரையாக எழுதி, கீழே வலது ஓரத்தில் *Advt* என்று போடுவார்கள். அதை கவனிக்காமல் ஜெயமோகனும் பெருந்தேவியும் எழுதியிருந்தால் அவர்களை நம்பி இதை நான் எழுதக் கூடாது. விளம்பரம் செய்யக் கூடவா உரிமை இல்லை என்று வைரமுத்து என்னிடம் சண்டைக்கு வருவார். இன்னமும் சொல்கிறேன். ஞானபீடப் பரிசுக்கு முயற்சி செய்ய வைரமுத்துவுக்குப் பூரண உரிமை உண்டு. அகிலனுக்கே ஞானபீடம் வாங்கிக் கொடுத்தவர்கள் நாம். அப்படியிருக்கும்போது வைரமுத்து குறைச்சல் இல்லை. ஆனால் ஆசைத்தம்பியும் ஷங்கர் தம்பியும் இப்படி விலை போனதுதான் எனக்குத் துயரம். வள்ளலார் மட்டன் ஸ்டால் என்று பெயர் வைப்பார்களா யாராவது? வைரமுத்துவைப் பாராட்ட ஷங்கரா? என்னடா இது கொடுமை! இனிமேல் கண்ணகி டிஸ்கோ பார் என்று கூட வரும் போல் இருக்கிறது. மதிப்பீடுகள் சீரழிந்து இந்த நிலைக்கு வந்து விட்டது. இந்த வைரமுத்து நாமாவளி ஆரம்பித்தது எப்போது என்றால், அவர் பிறந்த நாளுக்கு விழா வைத்து தமிழ்ச் சிறுபத்திரிகைகளில் இயங்கிக் கொண்டிருந்த கலாப்ரியா போன்ற கவிஞர்களுக்குப் பரிசு கொடுத்ததை அவர்கள் வாங்கிக் கொண்ட போதே ஆரம்பித்து விட்டது. பரிசு என்ன தெரியுமா? அஞ்சாயிரம் ரூபாயோ பத்தாயிரம் ரூபாயோ. அப்போது அதை எதிர்த்து

எழுதியபோது கலாப்ரியா என் மீது கோபித்துக் கொண்டார். அவருக்கு வைரமுத்து கொடுத்த பரிசு ரூபாயை விட கலாப்ரியா IOB வங்கி அதிகாரியாக வாங்கிய சம்பளம் அதிகம். நான் நண்பர்களிடம் அடிக்கடி சொல்வதுண்டு, நோ சொல்லிப் பழகுங்கள் என்று.

மேலும், அதிகாரம்தான் உச்சக்கட்ட போதை. மதுவெல்லாம் ஒன்றுமே இல்லை. வைரமுத்து ஒரு அதிகார மையம். அந்த அதிகாரத்துக்கு மயங்கி விட்டார்கள் சிறுபத்திரிகை எழுத்தாளர்களும் இலக்கியவாதிகளும். ஜெயமோகனிடம் நான் வியக்கும் விஷயம் என்னவென்றால், அதிகாரத்தின் உச்சத்தில் இருக்கும் பிஜேபியினர் அவரைக் கொண்டாடினாலும் அவர் காங்கிரஸ்தான் இந்தியாவுக்கு இப்போது தீர்வு என்கிறார். இந்துத்துவ அதிகாரத்துடனும் சரி, திராவிட அதிகாரத்துடனும் சரி, அவர் கை கோர்க்க முரட்டுத்தனமாக மறுக்கிறார். சுந்தர ராமசாமியின் *legacy*யை நான் இன்று ஜெயமோகனிடம்தான் பார்க்கிறேன். எங்களுக்குள் ஆயிரம் கருத்து மோதல்கள் இருப்பினும் ஜெயமோகனுக்கு இதற்காக என் சலூட்.

July 13, 2020

ஐயோ பாவம்...

July 24, 2020

அன்பர் கமல்ஹாசனின் கவிதையை பல நண்பர்கள் அனுப்பியிருந்தனர். பலவிதமான கலவையான உணர்ச்சி ஏற்பட்டது. ஒரு மனிதன் எப்படி இந்த அளவு தனிமைப்பட்டுப் போக முடியும் என்று மிக மிக மிக வருத்தமாக இருந்தது. உலகத்தில் உள்ள முக்கியமான புத்தகங்களையெல்லாம் படித்து விட்டு, நான் விஷயமறிந்தவர்கள் என்று நினைக்கும் சிலரே கமல் நம்பமுடியாத அளவுக்கு ஒரு படிப்பாளி என்று சொல்லும்படியான பேர் வாங்கின ஒரு ஆள், இப்படியுமா கவிதை என்ற பெயரில் உளற முடியும்? உளறுவதற்கு ஒரு அளவு இல்லையா? ஞானக்கூத்தனிடம் இத்தனை பழகி இவர் எதைக் கற்றுக் கொண்டார்? கவிதை அறிய வேண்டாம்,

எது கவிதை இல்லை என்பதை அறிய வேண்டாமா? பாரதி இந்நேரம் உயிரோடு இருந்தால் நேராக வீட்டுக்குப் போய் திட்டியிருப்பார். இவருக்கு வைரமுத்து ஜெயமோகன் எல்லாம் நண்பர்கள் இல்லையா? அவர்களெல்லாம் போன் போட்டு இப்படியெல்லாம் பெயரைக் கெடுத்துக் கொள்ளாதீர்கள், சின்னப் பையன்களெல்லாம் சிரிக்கிறார்கள், இந்த உலகத்திலே மிகப் பெரிய அவமானம் *laughing stock* ஆவதுதான் என்று சொல்ல மாட்டார்களா? எம்பெருமானே, எனக்கு இப்படி ஒரு நிலைமை எக்காலத்தும் வரக் கூடாது சாமி.

மனு ஸ்மிருதி: ஒரு சிறிய விளக்கம்

October 29, 2020

இப்போதைய என்னுடைய நேர நெருக்கடியில் மனு ஸ்மிருதியில் நான் கை வைத்திருக்கக் கூடாது. வைத்தாயிற்று. இனி மீள முடியாது. என் நேற்றைய பதிவுக்கு செல்வகுமாரின் எதிர்வினை கீழே:

மனுதர்மம் புழக்கத்தில் மறைந்துவிட்ட பழைய சமாச்சாரம் என்றுதான் நம்பிவந்தேன். ஆனால், அதன் நெருப்பை பத்திரமாகக் காப்பாற்றி வருபவர்கள் இருக்கிறார்கள். அவர்கள் பொது சமூகத்தில் மிக நல்லவர்கள் என்று அறியப்படுபவர்கள். அவர்களுக்கு வாய்ப்பு கிடைத்தால் எகிப்திய பிரமிடுகளில் இருக்கும் மம்மியை எழுப்புவது போல மனுவை எழுப்பிவிடுவார்கள்.

மனுதர்மம் எல்லா மனிதர்களையும் கீழ்மைப்படுத்துகிறது. அது கேவலமாக சித்தரிக்கும் பலரையும் மட்டுமல்ல, அவர்களை விட நீ உயர்ந்தவன் என கற்பிக்கும் மனிதர்களையும் சாத்தானின் பிள்ளைகளாக ஆக்குகிறது.

சக மனிதனுக்குக் கெடுதி நினை என சொல்லித் தருவது, உனக்கு நீயே சவக் குழியைத் தோண்டிக்கொள் என ஊக்கப் படுத்துவதுதான்.

அதே சமயம், மக்களாட்சியின் நூற்றாண்டு நிறைவுறும் வரை இது மாதிரி பழைய, ஜனநாயகத்திற்கு ஒவ்வாத,

வெளிப்படையாக இந்திய அரசியல் சாசனத்தை எதிர்க்கும் சட்டங்களை கொண்ட, மதவாதப் புத்தகங்களை தடை செய்யாத அரசின் கையாலாகாத்தனம்...

அரசியல் சாசனப்படி எந்த ஒருவனும் எந்த மதத்தையும் பின்பற்றும் உரிமை உண்டென்றால், அனைத்து மத நூல்களையும் அரசியல் சட்டத்தை மீறாத வகையில் எடிட் செய்து (கிட்டதட்ட காயடித்து) மறு வெளியீடு கொண்டுவந்து புழக்கத்தில் வைக்கலாம். அல்லது மிக எளிமையாக மதங்களை தடை செய்யும் சட்டத்தை இயற்றலாம்.

இந்தியா அதன் மனிதவளம் + திறமையாளர்கள் மூலம் உலகில் அடைந்திருக்க வேண்டிய உயரம் மிக அதிகம். அதை நண்டுகளை போல அதன் மனிதர்களே பின்னுக்கிழுக்கும் ஒரே குறைபாடு, மதங்களும் ஜாதிகளும்தான்.

மதத்திற்கு வெளியில், ஜாதிக்கு வெளியில் நாம் செயல்பட வேண்டிய காலம். உண்மையில் அந்த காலம் கடந்து மிக தாமதமும் ஆகிவிட்டது. இன்னும் இந்தியர்கள் காத்திருப்பது கேவலம்.

★★★

மனு ஸ்மிருதிக்கு ஆதரவாகப் பேசும் இந்துத்துவர்கள் பற்றி எனக்குக் கவலை இல்லை. அப்படிப் பேசுவது இந்து மதத்தை அழித்து விடும். அப்படி ஒரு மதம் அழிந்து போவது பற்றியும் எனக்குக் கவலை இல்லை. இந்தப் பல கோடி ஜன சமுத்திரத்தில் பல கோடி நட்சத்திரக் கூட்டத்தில் நான் ஒரு தூசு. நான் இப்படியான சாதி மதங்களைக் கடந்தவன். ஆனால் எனக்கு வரலாறு தெரியும். ஹிட்லர் இப்படித்தான் வளர்ந்தான். நாஸி கோட்பாடு இப்படித்தான் வளர்ந்தது. இப்போது ஹிட்லர் என்றாலே ஜெர்மானியர்கள் அவமானத்தினால் கூனிக் குறுகிப் போகிறார்கள்.

உலக மதங்களிலேயே இந்த அளவுக்குப் பன்மைத்துவம் கொண்டது இந்து மதம்தான். அதில் இருக்கும் சாதீய ஒடுக்குமுறை, பெண்ணடிமைத்தனம் போன்ற கசடுகளையும்

தாண்டி அந்தப் பன்மைத்துவம் மற்ற மதங்களில் இல்லை. ஆனால் இப்போதைய இந்துத்துவ மீட்டுருவாக்கம் இந்து மதத்தின் சிறப்பான தன்மையான பன்மைத்துவத்தை அழிக்கிறது. இதன் முதல் விளைவு என்னவாக இருக்கும் என்றால், இந்து மதம் அழிந்து போகும். இந்துத்துவர்கள் இந்து மதத்தைக் காப்பாற்றுவதாக எண்ணி அதைக் குழி தோண்டிப் புதைக்கும் வேலையில் ஈடுபட்டிருக்கிறார்கள். நல்லது. வரலாற்றின் கதியை யார் தடுக்க முடியும்? இந்தியாவும் ஆஃப்கானிஸ்தானைப் போல் ஆக வேண்டும் என்பது இந்தியாவின் ஜாதகமாக இருந்தால் அதை யாராலும் தடுக்க முடியாது.

ஆனால் செல்வகுமார் சொல்வது போல் இந்தக் காலத்துக்கு ஒவ்வாத, மனித குலத்துக்கு விரோதமான எல்லாவற்றையும் தடை செய்ய முடியாது. அது ஆஃபனில் புத்தர் சிலையை உடைத்த தீவிரவாதிகளின் செயலுக்கு ஒப்பானதாகும். மனு அவன் காலத்துக்கான சட்டங்களை வகுத்தான். இதுகாறும் வரலாறு அதன் அடிப்படையில்தான் இருந்தது. புத்தர் கொஞ்சம் அந்த வரலாற்றுக்குத் தீயை வைக்கப் பார்த்தார். அவரை அவருடைய சீடர்களே ஜப்பானை நோக்கித் தள்ளி விட்டார்கள். பௌத்தம் இந்தியாவில் அழிந்ததற்குக் காரணம் சங்கரர் என்று நினைத்துக் கொண்டிருந்தேன். புத்தரை விரட்டியதில் சங்கரர் செய்தது ரொம்பக் கொஞ்சம். பௌத்த பிக்குகளின் ஊழல்தான் அடிப்படைக் காரணம். இன்னொன்று, மொழி. பிக்குகள் மக்களின் மொழியாக இருந்த பாலியை விட்டுவிட்டு மேட்டுக்குடி அறிஞர்களின் மொழியாகிய சம்ஸ்கிருதத்துக்குத் தாவினர். அரச உதவிகள் நின்று போயிற்று. அதற்குக் காரணம், அசோகனின் பேராசை. கலிங்கத்தை அழித்தான். அவன் செத்ததும் கலிங்கம் மௌரிய சாம்ராஜ்யத்தையே காலி பண்ணியது. மிகப் பெரிய அரசியல், சமூகப் புரட்சியாக எழுந்த பௌத்தம் இந்தியாவில் காணாமல் போனதற்கு அடிப்படைக் காரணம், பிக்குகள்தான். மடத்துக்கு மடம் ஒரு பிரிவு ஏற்பட்டது.

அப்போது பௌத்தத்துக்கு அதன் பிக்குகள் செய்ததை இன்று

இந்து மதத்துக்கு இந்துத்துவர்கள் செய்கிறார்கள். நல்லதுதான். அப்படியும் இந்து மதம் அழியாது. அமெரிக்காவிலோ ஐரோப்பாவிலோ முளைக்கும், பௌத்தம் ஜப்பானில் பரவியது போல.

மனு ஸ்மிருதி ஒரு சட்டப் புத்தகம். மனித குலத்துக்கே எதிரான சட்டங்கள்தான் அவை. அவைதான் அப்போது நடைமுறையில் இருந்தன. ஆனால் அளவு அடிப்படையில் பார்த்தால் அப்படிப்பட்ட மனித குல விரோதமான கருத்துக்கள் வேதங்களிலும் உண்டு, இந்துக்களின் புனித நூலான கீதையிலும் உண்டு. எல்லா மதங்களின் புனித நூல்களிலும் உண்டு. இந்த உலகத்திலேயே சமத்துவத்தை மிக அதிக அளவில் பேசும் ஒரே புத்தகமான குறளில் கூட பெண்களுக்கு எதிரான கருத்துக்கள் உண்டு. சிந்தனை உலகில் புரட்சியை உண்டு பண்ணிய சாக்ரடீஸ், அரிஸ்டாட்டில் ஆகியோர் கூட அடிமைத்தனத்தை ஆதரித்துத்தான் பேசியிருக்கிறார்கள். இதனால் அரிஸ்டாட்டிலை பாடத்திட்டத்திலிருந்து நீக்கி விடலாமா என்று அமெரிக்காவில் பல்கலைக்கழகங்களிடையே ஒரு விவாதம் ஓடிக் கொண்டிருக்கிறது. அடிமைகள் மனித உருவில் உள்ள விலங்குகள், அவர்களால் 'நம்மைப்' போல் சிந்திக்க இயலாது என்கிறார் அரிஸ்டாட்டில். பெண்களைக் குறித்தும் இவ்வாறே பேசுகிறார். இதைத்தான் வேறு வார்த்தைகளில் இன்னும் விரிவாகப் பேசுகிறான் மனு. மனுவைத் தடை செய்தால் இது எல்லாவற்றையும் தடை செய்ய வேண்டும். அப்படித் தடை செய்தால் மீண்டும் மீண்டும் மனுவின் வாரிசுகளே தோன்றுவார்கள். நம்முடைய வரலாறு எப்படி இருந்ததென்று நாம் தெரிந்து கொள்ள வேண்டும். அப்போதுதான் தவறுகளைக் களைந்து கொள்ள முடியும். அப்போதுதான் சமத்துவம் பற்றிய சிந்தனை அறிமுகமாகும். வரலாற்றின் அவமானச் சின்னங்களாகவாவது அவையெல்லாம் இருந்துதான் ஆக வேண்டும்.

கவித்திறனின் உச்சங்களைத் தொட்ட ஞானசம்பந்தரின் சமண வெறுப்பை நினைத்தும் பார்க்கக் கூசும். தேவாரம் மூன்றாம்

திருமுறையில் காட்டுமாவது உரித்து என்று பாடலிலிருந்து தொடங்கி பத்து பாடல்களும் ரத்த வெறியில் தோய்ந்தவை. காரணம், அப்போதைய காலகட்டம். இரண்டு சாராருமே ரத்த வெறி பிடித்து அலைந்து கொண்டிருந்தார்கள். இரண்டு சாராருமே தாந்த்ரீகத்தில் கரை கண்டவர்களாக இருந்தார்கள். அரசன் சமணத்தைச் சேர்ந்தவன். தாந்த்ரீகத்தின் மூலமாக மட்டுமே அரசனின் கண்ணைக் கட்ட வேண்டும். உடம்பெல்லாம் கோபம் பொங்கப் பொங்கப் பாடுகிறார் ஞானசம்பந்தர். கடைசிப் பாடலில் கோபம் உச்சத்துக்குப் போய் பெண்ணகத்து எழிற் சாக்கியப் பேய் அமண் தெண்ணர் கற்பழிக்கத் திருவுள்ளமே என்கிறார். சமணப் பெண்களைக் கற்பழித்துப் போட திருவுள்ளம் செய் என்று அர்த்தம் அல்ல; அந்தக் காலத்தில் கற்பு என்றால், இப்போது சொல்கிறோமே *table manners* என்று, அம்மாதிரி உயர்குலப் பெண்டிரின் மேட்டிமைக் குணம்தான் என்கிறார்கள் சிலர். எப்படி இருந்தாலும் அந்தப் பத்துப் பாடல்களிலும் பொங்கும் ரத்த வெறி பயங்கரம்தான். இதன் காரணமாக தேவாரத்தைத் தடை செய்ய முடியுமா என்ன? இதையெல்லாம் ஒதுக்கி விட்டு நல்லதை எடுத்துக் கொள்ள வேண்டியதுதான். மனுவில் நல்லது கொஞ்சம்தான் இருக்கிறது. அதைவிடப் பல நூறு மடங்கு நல்லது வள்ளுவனிடம் உள்ளது. பேசாமல் அந்த ஆள் ‘நான் ஒரு பிராமணன்’ என்று பொய்யாகவாவது சொல்லி விட்டுப் போயிருக்கலாம். நாடு கொஞ்சம் உருப்பட்டிருக்கும்.

புதுமைப்பித்தனின் நாசகாரக் கும்பல் கதையைப் படித்துப் பாருங்கள். இந்து மதத்தின் அழிவுக்குக் காரணம் என்ன என்று அதில் பிரமாதமாகச் சொல்கிறார் பித்தன்.

சாரு நிவேதிதா

18.12.1953இல் திருவாரூர் மாவட்டத்தில் திருத்துறைப்பூண்டிக்கு அருகில் உள்ள இடும்பாவனம் என்ற ஊரில் பிறந்தார். வளர்ந்ததும் பள்ளிப் படிப்பும் நாகூரில். கல்லூரிப் படிப்பு காரைக்கால், தஞ்சாவூர், திருச்சி. கல்லூரிப் படிப்பை முடிக்கவில்லை. சென்னையில் ஒரு ஆண்டு சிறைத்துறையில் எழுத்தர் பணி. 1978இலிருந்து 1990 வரை தில்லி நிர்வாகம் - சிவில் சப்ளைஸ் துறையில் ஸ்டெனோ. பின்னர் பனிரண்டு ஆண்டுகள் தமிழ்நாடு அஞ்சல் துறையில் பணி. 2002இலிருந்து முழுநேர எழுத்து.

இகனாமிக் டைம்ஸ் நாளிதழின் அகில இந்தியப் பதிப்பில், 2001 - 2010 என்ற பத்தாண்டுகளின் சாதனையாளர் பட்டியலில் தமிழகத்திலிருந்து இடம் பெற்ற இரண்டு பேர்களில் ஒருவர் சாரு நிவேதிதா.

இவரது நாவல் ‘ஸீரோ டிகிரி’ Jan Michalski சர்வதேசப் பரிசுக்குப் பரிந்துரைக்கப்பட்டது. ஹார்ப்பர் காலின்ஸ் தொகுத்த, இந்தியாவின் ஐம்பது முக்கிய புத்தகங்களில் ஒன்றாகவும் தேர்ந்தெடுக்கப்பட்டது.

ஆங்கிலப் பத்திரிகைகளில் இவர் எழுதும் கட்டுரைகள் சர்வதேச அளவில் கவனம் பெற்றவை. லண்டனிலிருந்து வெளியாகும் PS Publication-இன் Exotic Gothic தொகுதியில் இவரது Diabolically Yours என்ற பேய்க்கதை ஆங்கிலத்தில் வெளியாகி உள்ளது. தற்சமயம் லண்டனிலிருந்து வெளிவரும் ArtReview Asia என்ற பத்திரிகையில் தொடர் கட்டுரை எழுதி வருகிறார்.

இவரது எழுத்தை ஆங்கில விமர்சகர்கள் விளதிமீர் நபக்கோவ், வில்லியம் பர்ரோஸ், கேத்தி ஆக்கர் போன்ற எழுத்தாளர்களோடு ஒப்பிடுகிறார்கள். உலகின் முக்கியமான transgressive வகை எழுத்தாளர்களில் ஒருவராகக் கருதப்படுகிறார் சாரு நிவேதிதா. தற்போது சென்னையில் வசிக்கிறார்.

ஆசிரியரின் பிற நூல்கள்

நாவல்

1. எக்ஸிஸ்டென்ஷியலிஸமும் ஃபேன்சி பனியனும்
2. ஸீரோ டிகிரி
3. ராஸ லீலா
4. காமரூப கதைகள்
5. தேகம்
6. எக்ஸைல்

ஆங்கிலத்தில் கிடைக்கும் நூல்கள்

1. Zero Degree - Novel
2. Marginal Man - Novel
3. Morgue Keeper - Selected Short Stories
4. Unfaithfully Yours - Collection of Articles
5. Towards a Third Cinema
6. To Byzantium: A Turkey Travelogue

சிறுகதைத் தொகுப்பு

1. கர்னாடக முரசும் நவீன தமிழ் இலக்கியத்தின் மீதான ஓர் அமைப்பியல் ஆய்வும்
2. நேநோ
3. மதுமிதா சொன்ன பாம்பு கதைகள்
4. ஷேக்ஸ்பியரின் மின்னஞ்சல் முகவரி
5. ஊரின் மிக அழகான பெண் (மொழி பெயர்ப்புச் சிறுகதைகள்)
6. முத்துக்கள் பத்து (தேர்ந்தெடுத்த சிறுகதைகள்)
7. Diabolically Yours - Exotic Gothic Vol-2 இல் வெளிவந்த சிறுகதை

நாடகம்

ரெண்டாம் ஆட்டம்

கட்டுரைத் தொகுப்பு

1. கோணல் பக்கங்கள் - பாகம் 1
2. கோணல் பக்கங்கள் - பாகம் 2
3. கோணல் பக்கங்கள் - பாகம் 3
4. கலகம் காதல் இசை
5. வாழ்வது எப்படி?
6. எனக்குக் குழந்தைகளைப் பிடிக்காது
7. தீராக் காதலி
8. கனவுகளின் மொழிபெயர்ப்பாளன்
9. கடவுளும் நானும்
10. மூடுபனிச் சாலை
11. ஆஸாதி... ஆஸாதி... ஆஸாதி...

12. தப்புத் தாளங்கள்
13. வரம்பு மீறிய பிரதிகள்
14. தாந்தேயின் சிறுத்தை
15. கடவுளும் சைத்தானும்
16. கலையும் காமமும்
17. மலாவி என்றொரு தேசம்
18. கெட்ட வார்த்தை
19. மனம் கொத்திப் பறவை
20. எங்கே உன் கடவுள்?
21. கடைசிப் பக்கங்கள்
22. பழுப்பு நிறப் பக்கங்கள் (பாகம் - 1)
23. பழுப்பு நிறப் பக்கங்கள் (பாகம் - 2)
24. பழுப்பு நிறப் பக்கங்கள் (பாகம் - 3)
25. சரசம் சல்லாபம் சாமியார்
26. வேற்றுலகவாசியின் டயரிக் குறிப்புகள்
27. நிலவு தேயாத தேசம்
28. மழையா பெய்கிறது?
29. மெதூஸாவின் மதுக்கோப்பை
30. நாடோடியின் நாட்குறிப்புகள்
31. கனவு, கேப்பச்சினோ, கொஞ்சம் சாட்டிங்... - தொகுதி - 2
32. திசை அறியும் பறவைகள்

சினிமா

1. லத்தீன் அமெரிக்க சினிமா - ஓர் அறிமுகம்
2. சினிமா: அலைந்து திரிபவனின் அழகியல்
3. சினிமா சினிமா
4. நரகத்திலிருந்து ஒரு குரல்
5. கனவுகளின் நடனம்
6. ஒளியின் பெருஞ்சலனம்

கேள்வி - பதில்

1. அருகில் வராதே
2. அறம் பொருள் இன்பம்

நேர்காணல்

1. ஒழுங்கின்மையின் வெறியாட்டம்
2. இச்சைகளின் இருள்வெளி (நளினி ஜமீலாவுடன் ஒரு உரையாடல்)

இணையதளம்

www.charuonline.com
www.charunivedita.com

www.ingramcontent.com/pod-product-compliance
Ingram Content Group UK Ltd.
Pitfield, Milton Keynes, MK11 3LW, UK
UKHW042018190726
13854UKWH00005B/2342

9 789390 053421